KHÔNG CÓ LUẬT PHÁP NÀO
CẤM CÁC SỰ ĐÓ

KHÔNG CÓ LUẬT PHÁP NÀO CẤM CÁC SỰ ĐÓ

Dr. Jaerock Lee

KHÔNG CÓ LUẬT PHÁP NÀO CẤM CÁC SỰ ĐÓ
của tiến sĩ Jaerock Lee
Được xuất bản: U-rim Books (Người Đại Diện: Johnny. H. Kim)
361-66, Shindaebang-Dong, Dongjak-gu, Seoul, Hàn Quốc
www.urimbooks.com

Tất cả bản quyền đều được bảo lưu. Không sao chép, tái bản một phần hay toàn bộ sách này dưới mọi hình thức, lưu trữ trong hệ thống phục hồi, hoặc truyền sang bất cứ mọi hình thức hay bằng bất cứ mọi phương tiện nào, điện tử, máy móc, photocopy, ghi âm hay bằng cách nào khác, nếu không có sự đồng ý của nhà xuất bản.

Nếu không có ghi chú, thì tất cả các trích dẫn Kinh Thánh được lấy từ HoBible, NEW AMERICAN STANDARD BIBLE, ®, Copyright © 1960, 1962, 1963, 1968, 1971, 1972, 1973, 1975, 1977, 1995 by Lockman Foundation. Đã được cho phép sử dụng.

Bản Quyền © 2013 do Tiến Sĩ Jaerock Lee
ISBN: 979-11-263-0836-1 03230
Dịch Bản Quyền © 2013 do Tiến Sĩ Esther K. Chung. Đã được cho phép sử dụng.

In lần thứ nhất tháng 10 năm 2023.

In trước tại Hàn Quốc vào năm 2009 do U-rim Books, Hàn Quốc.

Biên Soạn: Tiến sĩ Geumsun Vin
Thiết Kế: Ban Biên tập U-rim Books
In tại Công ty In Yewon
Để biết thêm thông tin xin liên hệ: urimbook@hotmail.com

"Nhưng trái của Thánh Linh, ấy là lòng yêu thương, sự vui mừng, bình an, nhịn nhục, nhơn từ, hiền lành, trung tín, mềm mại, tiết độ: không có luật pháp nào cấm các sự đó."
Ga-la-ti 5: 22-23

LỜI TỰA

Cơ Đốc Nhân được tự do thật khi họ có bông trái của Đức Thánh Linh ngự trị trong lòng.

Không có luật pháp nào cấm các sự đó. Mỗi Cơ Đốc Nhân phải tuân thủ các quy tắc và quy định trong hoàn cảnh nhất định của mình. Nếu họ cảm thấy những luật lệ như vậy là những cái cùm buộc họ, họ sẽ cảm thấy gánh nặng và đau đớn, và chỉ vì họ cảm thấy bị gánh nặng, họ sống trong sự tan rã và rối loạn, thì đó không phải là tự do thật. Một khi họ lạm dụng những điều như vậy, họ sẽ nhận lấy những cảm giác hư không, và cuối cùng chỉ có cái chết vĩnh cửu đang chờ họ. Sự tự do thật sự sẽ được giải thoát khỏi cái chết vĩnh cửu, và những giọt nước mắt, sự đau buồn cũng như sự đau đớn. Khi có sự tự do thật thì cái bản ngã, con người xác thịt, con người hoang dã sẽ không còn ngự trị trong cuộc đời của chúng ta. Đức Chúa Trời là Đấng yêu thương, Ngài không muốn chúng ta phải chịu khổ trong bất kỳ mọi hoàn cảnh nào. Vì vậy, Ngài ban Kinh Thánh là lời của Ngài cho chúng ta, để chúng ta có được sự tự do thật và sự sống vĩnh cửu trong Ngài.

Những tội phạm hoặc những người vi phạm luật pháp luật pháp quốc gia thì họ sẽ rất lo lắng nếu họ thấy cảnh sát. Nhưng những người tuân theo luật pháp thì không phải cảm thấy như vậy, mà họ có thể yêu cầu cảnh sát giúp đỡ, và họ cảm thấy an toàn hơn với cảnh sát. Còn những người thường làm theo luật pháp thì họ không có cảm giác sợ cảnh sát, và họ cũng không yêu cầu sự giúp đỡ từ cảnh sát, bởi vì họ có một cuộc sống an toàn và bình an. Cũng vậy, những người sống trong sự thật không sợ bất cứ điều gì và họ được hưởng sự tự do thật sự, bởi vì họ hiểu rằng luật pháp của Đức Chúa Trời là con đường dẫn đến mọi phước hạnh. Khi chúng ta có được sự tự do thật trong Chúa thì chúng ta như những con cá voi tung tăng cùng với đại dương xanh thăm thẳm và như chim đại bàng bay lượn trên không trung.

Luật pháp của Đức Chúa Trời có thể được phân loại thành bốn điều: Thứ nhất là làm, thứ hai không làm, thứ ba gìn giữ, và cuối cùng là bỏ đi những điều nhất định. Mỗi ngày trôi qua, chúng ta nhìn thấy sự gia tăng về tội lỗi và điều ác luôn hiện diện xung quang chúng ta, sự suy đồi đạo đức đã làm cho con người chúng ta cảm thấy mệt mỏi và bị gánh nặng về luật pháp của Đức Chúa Trời, và chúng ta thấy rất khó để giữ và yêu mến luật pháp của Chúa. Điều nầy được minh chứng sống qua dân Y-sơ ra-ên, dân Y-sơ-ra ên trong thời cựu ước đã chịu những vạn lần thử thách chỉ vì họ không tuân giữ luật pháp của Đức Chúa Trời.

Vì vậy, Đức Chúa Trời đã sai con một của Ngài là Chúa Giê-su hạ trần để cứu vớt kẻ có tội, và giải thoát cho những ai đang sống dưới quyền luật pháp. Đức Chúa Giê-su Christ đã chết thay tội lỗi của chúng ta trên cây thập tự, hễ ai tin nhận Ngài thì sẽ được cứu bởi đức tin, sẽ được tự do thật, vì khi con người tin Chúa thì có Đức Thánh Linh ở cùng, và người đó trở nên con cái của Đức Chúa Trời, đời sống của họ được biến đổi, và tuôn tràn những niềm vui, hạnh phúc khi có Đức Thánh Linh đi cùng và dẫn dắt.

Khi Đức Thánh Linh ngự trị trong tấm lòng của chúng ta, chúng ta sẽ yêu mến lời Chúa, yêu mến Ngài, sống cho Ngài. Khi chúng ta có Đức Thánh Linh ở cùng thì chúng ta sẽ sống biết tha thứ, biết yêu thương, giúp đỡ người khác, và sẵn sàng tha thứ cho anh em mình, tha thứ cho những người gây lỗi lầm cho mình. Sự hiện diện của Đức Thánh Linh đã thay đổi tấm lòng cay đắng, tấm lòng hận thù của chúng ta, thay vào đó là một tấm lòng biết yêu thương, nhịn nhục, nhân từ. Chính vì lẽ đó chúng ta sẽ sống một sống đơm hoa kết trái. Chúng ta không chỉ được sự tự do thật mà chúng ta còn nhận được món quà tình yêu và những phước lành của Chúa dành cho chúng ta.

Khi có Đức Thánh Linh ngự trị trong đời sống của chúng thì chúng ta sẽ nhận biết những sự yếu đuối của bản thân, và cũng giúp chúng ta đến gần với ngôi ơn phước của Đức Chúa Trời, chúng ta sẽ vượt qua những thử thách, chờ đợi những điều tốt đẹp đến từ Chúa và đón nhận mão triều thiên vinh quang của Thiên đàng. đó là Giê-ru-sa- lem mới, trời mới đất mới. Muốn như vậy thì chúng ta phải kết trái trọn vẹn cho Ngài. Hãy kết trái trong bông trái Đức Thánh Linh, không có luật pháp nào cấm cả sự đó, thật dễ dàng cho chúng ta để hiểu được chín bông trái của Đức Thánh Linh với những ẩn dụ đặc biệt. Đó là tình yêu thương trong 1 Cô-rinh-tô 13, Phúc âm Ma-thi-ơ chương 5, để có một đức tin thật thì chúng ta cần có bông trái của Đức Thánh Linh, chính Chúa Thánh Linh sẽ hướng dẫn đời sống của chúng ta, giúp chúng ta đạt được kết quả tốt đẹp cho Chúa, đích của chúng ta là thành thánh Giê-ru-sa lem mới, là Thiên đàng vinh hiển.

Tôi xin gởi lời cảm ơn đến ông Geumsun Vin là giám đốc của phòng biên tập cùng các nhân viên của mình. Trong danh Chúa Giê-Su tôi cầu nguyện xin Chúa ban phước cho quyển sách nầy, xin Chúa giúp đỡ những ai khi đọc sách nầy thì sẽ sống một đời sống kết trái cho Ngài. Hãy đón nhận vui mừng trong sự tự do thật khi chúng ta là thành viên của trời mới, đất mới trong thành thánh Giê-ru-sa lem, là Thiên đàng vinh hiển.

Jaerock Lee

LỜI GIỚI THIỆU

"Hành trình đức tin như là một biển chỉ đường cho chúng ta đến thành Thánh Giê-ru-sa lem mới trên Thiên đàng".

Tất cả mọi người đều bận rộn trong một thế giới hiện đại. Họ chỉ biết làm việc và làm việc, họ bận rộn với những công việc của mình, họ muốn có mọi thứ. Vâng, đúng là như vậy, nhưng bên cạnh những con người bận rộn đó thì vẫn có một nhóm người khác, họ vẫn giữ quan điểm sống của mình, họ có mục tiêu và mục đích sống của mình, họ thường đặt ra những câu hỏi, liệu những gì mình đang làm và đang theo đuổi có ý nghĩa và giá trị gì không? Họ bất chấp những gì đang diễn ra ở ngoài xã hội kia. Thật vậy, chúng ta là Cơ Đốc Nhân, trong hành trình đức tin theo Chúa cũng như vậy. Chúng ta phải sống khác biệt với thế gian, lời của Chúa sẽ giúp chúng ta tăng trưởng đức tin và kết thúc có hậu.

Sách gồm có tất cả 11 chương:

Chương 1: Sanh ra bông trái Thánh Linh, giải thích về sự sống lại từ Đức Thánh Linh, chết thay tội lỗi cho A-đam. Hơn thế nữa, chương nầy cũng cho chúng ta nhận biết một đời sống thịnh vượng khi đời sống của chúng ta sản sinh ra bông trái của Thánh

Linh và dâng cuộc đời mình cho Đức Thánh Linh hướng dẫn.

Chương 2: Chương nầy nói về trái Thánh Linh đầu tiên là "tình yêu thương" và tội lỗi chính là nguyên nhân chính làm cho A-đam phạm tội, chương nầy cũng chỉ cách cho chúng ta phục hồi lại tình yêu ban đầu mà Đức Chúa Trời ban cho, đó là sống làm hài lòng Đức Chúa Trời.

Chương 3: "Sự vui mừng" là tiêu chuẩn đầu tiên để chúng xem xét đời sống của mình có phù hợp không? Và giải thích lý do tại sao chúng ta đã đánh mất sự vui mừng trong tình yêu đầu tiên. Sự vui mừng cho chúng ta ba phương pháp để sanh trái Thánh Linh; Đó là sự vui mừng, chịu đựng trong mọi hoàn cảnh và bất cứ tình huống nào. Jay nói.

Chương 4 "Bình an", điều nầy rất quan trọng, sự bình an sẽ giúp chúng ta phá vỡ bức tường tội lỗi để chúng ta có được sự bình an trong Chúa, và cũng giúp chúng ta hiểu được tầm quan trọng của những lời nói lành về người khác, suy nghĩ tích cực trong mọi hoàn cảnh.

Chương 5 "Nhịn nhục" chương nầy giải thích cho chúng ta biết thế nào là sự nhịn nhục? Đó không phải là chúng ta phải chịu áp lực, khó chịu khi chúng bị lời gièm pha và chỉ trích mà là chúng ta có một tấm lòng trong sạch, có như vậy chúng ta mới nhận được phước hạnh thật và bình an thật. Có ba loại sự nhịn nhục; - nhịn nhục để thay đổi một tấm lòng của ai đó, nhịn nhục với mọi người, và nhịn nhục để nhận được phần thưởng từ Đức Chúa Trời.

Chương 6: "Nhân từ" sự nhân từ dạy cho chúng ta biết nhân từ với người khác như Chúa đã nhân từ với chúng ta, hãy nhìn vào sự nhân từ thật là gì? Sự nhân từ khác với 'tình yêu thương" sự nhân từ giúp chúng ta sống đẹp lòng Chúa và mọi người, chỉ cách cho chúng ta nhận được tình yêu của Đức Chúa Trời và những phước hạnh của Ngài.

Chương 7 "Hiền lành" Đức Chúa Trời là Đấng nhân lành, và chúng ta sống và làm theo tấm gương của Chúa Giê-xu, Ngài là Đấng không tranh cãi hoặc hay khóc, Ngài cũng không phá một cái cây nào dù nó đã bị bỏ. Hiền lành cũng khác biệt với lòng nhân từ,và bông trái thánh linh khác. Vì thế chúng ta có thể sanh bông trái hiền lành trong tấm lòng của chúng ta và sống kết trái cho Chúa Giê-xu Christ.

Chương 8 "Trung tín" trung tín giúp chúng ta nhận biết các loại phước lành mà chúng ta sẽ nhận được khi chúng ta trung tín sống cho Đức Chúa Trời. Trong Kinh Thánh cho chúng ta biết nhân vật đã trung tín cho đến cuối cùng, và nhận được mọi phước từ Đức Chúa Trời, đó là Môi-se và Giô-sép.

Chương 9 "Mềm mại" cho chúng ta nhận biết ý nghĩa của sự mềm mại như thế nào trong cái nhìn của Đức Chúa Trời và miêu tả tính cách của những người có bông trái mềm mại. Bên cạnh đó, cũng cho chúng ta có thể phác họa bốn lĩnh vực mà chúng ta nên làm để kết trong đời sống khi có trái của sự mềm mại.

Chương 10 "Tiết độ" chứng minh lý do tại sao tiết độ lại được đề cập cuối cùng trong chín bông trái của Thánh Linh và cũng như tầm quan trọng của sự tiết độ. Kết quả của sự tiết độ la một điều không thể thiếu, chính bông trái tiết độ kiểm soát tám bông trái Thánh Linh còn lại.

Chương 11 "Không có luật pháp nào cấm sự đó" đây là chương kết thúc của quyển sách, chương nầy giúp chúng ta hiểu được tầm quan trọng khi sống theo Thánh Linh. Tôi hy vọng rằng, những ai đọc sách nầy, tất cả các độc giả sẽ đọc sách nầy sẽ trở thành con người đầy dẫy Đức Thánh Linh và có một đời sống biết nhờ cậy Đức Chúa Trời.

Chúng tôi không dám nói chúng tôi là những người có đức tin lớn, chỉ vì chúng tôi đã tin và kinh nghiệm Chúa nhiều năm và Chúa cũng cho chúng tôi có cơ hội được học và nghiên cứu lời Chúa sâu rộng. Sự đo lường đức tin là không phải bạn biết lời Chúa nhiều hoặc giảng dạy nhiều mà là bạn nhận thức được sự thay đổi bên trong tấm lòng của bạn về một chân lý và không ngừng trao dồi về lời Chúa. Hơn thế nữa, là bày tỏ tình yêu của Chúa cho mọi người. Hãy luôn đặt để Chúa là ưu tiên đầu tiên trong đời sống của chúng ta. Tôi hy vọng tất các con cái Chúa có thể kinh nghiệm được Chúa thật trong đời sống của mình và đầy dẫy chín bông trái của Thánh Linh, sống một đời sống có Đức Thánh Linh hướng dẫn, biết nhờ cậy Đức Chúa Trời.

Geumsun Vin,
Giám Đốc Văn Phòng Biên Tập

NỘI DUNG
Không có luật pháp nào cấm các sự đó

LỜI TỰA · vii

LỜI GIỚI THIỆU · xi

CHƯƠNG 1

KẾT TRÁI TRONG ĐỨC THÁNH LINH   1

CHƯƠNG 2

TÌNH YÊU THƯƠNG   13

CHƯƠNG 3

SỰ VUI MỪNG   29

CHƯƠNG 4

BÌNH AN   49

CHƯƠNG 5

NHỊN NHỤC   71

CHƯƠNG 6

NHÂN TỪ   91

CHƯƠNG 7

HIỀN LÀNH   109

CHƯƠNG 8

TRUNG TÍN   129

CHƯƠNG 9

MỀM MẠI   149

CHƯƠNG 10

Dominio propio   173

CHƯƠNG 11

KHÔNG CÓ LUẬT PHÁP NÀO CẤM CÁC SỰ ĐÓ   189

Vậy tôi nói rằng: Hãy bước đi theo Thánh Linh, chớ hề làm trọn những điều ưa muốn của xác thịt. 17 Vì xác thịt có những điều ưa muốn trái với những điều của Thánh Linh, Thánh Linh có những điều ưa muốn trái với của xác thịt; hai bên trái nhau dường ấy, nên anh em không làm được điều mình muốn làm.(e) 18 Nhưng, ví bằng anh em nhờ Thánh Linh chỉ dẫn, thì chẳng hề ở dưới luật pháp. Và, các việc làm của xác thịt là rõ ràng lắm: Ấy là gian dâm, ô uế, luông tuồng, 20 thờ hình tượng, phù phép, thù oán, tranh đấu, ghen ghét, buồn giận, cãi lẫy, bất bình, bè đảng, 21 ganh gổ, say sưa, mê ăn uống, cùng các sự khác giống như vậy. Tôi nói trước cho anh em, như tôi đã nói rồi: Hễ ai phạm những việc thể ấy thì không được hưởng nước Đức Chúa Trời.

Chương 1

Sanh Ra Bông Trái Thánh Linh

Đức Thánh Linh làm cho chúng ta tươi mới lại
Sanh ra bông trái Đức Thánh Linh
Ham muốn Đức Thánh Linh và Ham muốn xác thịt
Đừng đánh mất tấm lòng chân thật của chúng ta

Sanh Ra Bông Trái Thánh Linh

Đối với những người làm nghề lái xe, đối với họ đi những con đường cũ thì quá dễ dàng vì họ đã thuộc mọi ngõ ngách của đường phố và thuộc hết địa phận những nơi họ từng đi. Nhưng khi họ bắt đầu đi một con đường mới trong chuyến hành trình thì họ phải có hệ thống chỉ đường, hệ thống GPS để định vị đường đi. Nhờ hệ thống định vị thì họ mới có thể đi tới đích mà không bị lạc đường. Chuyến hành trình đức tin của chúng ta đi đến Thiên đàng cũng như vậy. Hễ ai tin cậy Chúa và sống bởi lời của Ngài thì sẽ được Đức Thánh Linh của Chúa bảo vệ, hướng dẫn trong từng bước đi, trong mỗi hành trình, Đức Thánh Linh sẽ đi trước chúng ta, đi sau chúng ta, đi bên cạnh chúng ta, để chúng ta không vấp ngã, chán nản và từ bỏ những thử thách trong cuộc đời. Đức Thánh Linh chỉ dạy cho chúng ta những con đường ngắn nhất và dễ dàng nhất để chúng ta đi đến đích, đó là Thiên đàng vương quốc của Đức Chúa Trời.

Đức Thánh Linh làm tươi mới lại tâm linh chúng ta

Đức Chúa Trời tạo dựng A-đam từ bụi đất và Ngài hà hơi sinh khí vào cho A-đam, A-đam liền có sự sống. Sinh khí đó gọi là "sinh khí của sự sống", sinh khí ấy có quyền năng và cũng là nguồn gốc của sự sống ban đầu trong vườn địa đàng.

Tuy nhiên, A-đam và Ê-va đã phạm tội vì sự không vâng lời Đức Chúa Trời, và họ đã bị đuổi ra khỏi vườn địa đàng. Vì vậy, Đức Chúa Trời đã lấy đi sự sống ban đầu của A-đam và Ê-va, và chỉ còn lại một dấu vết, đây được gọi là "hạt giống của sự sống" Hạt giống của sự sống nầy không thể truyền từ đời A-đam và Ê-va cho đến con cháu của họ.

Vì vậy, vào tháng thứ sáu của thời kỳ mang thai, Đức Chúa Trời đặt để hạt giống của sự sống chính là thần linh của em bé, và Ngài hoài thai các tế bào bên trong cơ thể của em bé, và đó gọi là trung tâm của sự sống của loài người. Cũng vậy, hễ những ai không tin nhận Chúa Giê-su thì hạt giống sự sống vẫn không được hình thành vì nó bị bao bọc bởi một lớp vỏ cứng. Vì trong thân thể của họ không có thần linh của sự sống, chỉ có thần linh chết, thì làm sao hạt giống trong lòng của họ được tái tạo và hoạt động trở lại. Nếu chúng ta đã chết tâm linh thì làm sao chúng ta đến gần ngôi ơn phước của Ngài là nước Thiên đàng vĩnh cửu.

Bởi tội lỗi của A-đam, loài người đều đã phạm tội, thiếu mất sự vinh hiển của Đức Chúa Trời và nhận lấy sự chết đời đời. Tội lỗi là nguyên cớ làm cho loài người chết đời đời, cái chết đó gọi là chết tâm linh, cái chết tâm linh phải được hồi sinh lại, để đem lại loài người đến gần với Đức Chúa Trời và nhận được sự sống đời đời. Vậy, bằng cách nào để loài người có thể phục hồi lại điều đó? Chỉ có một cách duy nhất con người phục hồi lại địa vị ban đầu vốn có mà Đức Chúa Trời ban cho. Chỉ có một con đường duy nhất, đó là tội lỗi phải được tha và xóa sạch.

Chính vì yêu thế gian đến nỗi Đức Chúa Trời đã ban con một của Ngài, là Chúa Giê-su, Ngài đã xuống trần gian nhuốc nhơ nầy để cứu chuộc nhân loại và ban cho nhân loại sự cứu rỗi. Chúa đã gánh thay tội lỗi của loài người trên cây thập tự. Ngài đã làm cho sự chết tâm linh của chúng ta sống lại, và Chúa Giê-su chính là đường đi, chân lý và sự sống đời đời cho tất cả mọi người.

Vì vậy, khi chúng ta tin nhận Chúa Giê-su làm cứu Chúa của cuộc đời mình thì mọi tội của chúng ta sẽ được tha thứ và chúng ta trở nên con cái của Đức Chúa Trờ và Ngài ban Đức Thánh Linh cho chúng ta. "Hạt giống của sự sống trong chúng ta đã được phục hồi và nảy nở, hạt giống đó chính là quyền năng của Đức Thánh Linh ngự trị trong ta, chúng ta có sự sống mới, quyền năng mới trong Ngài. Trong Giăng 3; 16 chép rằng; được sinh ra từ Thánh Linh đến Thánh Linh. Một hạt giống được gieo, nảy nở rồi lớn lên, tăng trưởng thì cần có nước và sự sáng. Cũng vậy, hạt giống của sự sống cần phải được nuôi dưỡng bởi nước Thánh Linh và sự sáng của

Thánh Linh để hạt giống đó phát triển và tăng trưởng, để tăng trưởng trong Thánh Linh thì chúng ta phải sống nhờ lời của Chúa, lời Chúa tượng trưng cho nước của Thánh Linh, chúng ta không chỉ học lời Chúa mà chúng ta phải làm theo, sống thì đức tin phải hành động, lời Ngài gọi là sự sáng của Đức Thánh Linh.

Khi chúng ta được đầy dẫy Đức Thánh Linh trong lòng thì chúng ta sẽ nhận biết được tội lỗi, nhận biết sự công chính, và sự phán xét của Chúa. Lòng chúng ta cũng được thánh khiết, và chúng ta sống một đời sống công bình. Khi có Đức Thánh Linh ở cùng chúng ta nhận được quyền năng từ nơi Chúa, khi chúng ta nghĩ, làm, thuyết giảng hay làm bất cứ sự đều có sự hướng dẫn từ Đức Thánh Linh. Không những vậy, chúng ta cũng được Đức Thánh Linh soi sáng từng hành trình của chúng ta, thêm sức cho chúng, ban ơn cho chúng ta để chúng ta kết thúc một hành trình tốt đẹp. Để tôi cho bạn một ví dụ minh họa về điều nầy, chúng ta sẽ hiểu rõ hơn về Đức Thánh Linh đầy dẫy trong chúng ta như thế nào?

Có một câu chuyện kể về một cậu bé, cậu bé nầy được sinh ra trong một gia đình hạnh phúc. Một ngày nọ, cậu ta lên núi khám phá những cảnh đẹp ở nơi đây, khi lên tới một đỉnh núi rồi, cậu ta nhìn một lát rồi la hét thật to. Ôi đã quá, tuyệt tác thiên mà Đức Chúa Trời tạo nên quá hùng vĩ và xinh đẹp. Cậu ta vừa la hét xong thì bỗng dưng có một âm thanh ở đâu đó phát ra y hệt những lời nói của cậu bé. Cậu bé ngạc nhiên và hỏi rằng; Ai đang ở đằng kia đó? Có ai ở đó không? Và người bí ẩn đó đáp lại những câu hỏi của cậu bé. Vì vậy, cậu bé rất tức giận khi có ai đó nói theo mình, bắt chước giọng nói của mình. Có phải các ngươi muốn chiến đấu với tôi không? Cậu bé hỏi. Người bí ẩn đó tiếp tục bắt chước lời nói của cậu bé nầy. Ngay lúc đó cậu bé cảm thấy sợ và nghĩ thầm rằng có ai đó đang rình mò mình.

Ngay lập cậu bé chạy về bên mẹ và kể lại với mẹ những chuyện đã xảy ra với mình, mẹ ơi ở đằng kia có người xấu muốn hại con. Người mẹ nhẹ nhàng đáp, con yêu à, họ không có ý gì với con, họ chỉ muốn làm bạn với con, tại sao con không đến lại ngọn núi đó và nói lời xin lỗi đến họ. Vừa sáng sớm tinh mơ, cậu bé vội vàng chậy tới nơi ngọn núi hôm qua mình đã leo, khi tới nơi cậu bé nói thật to. Tớ xin lỗi vì những chuyện hôm qua, tại sao bạn lại muốn trở thành bạn bè với mình? Xa xa có giọng đáp lại như lời cậu bé nói. Người mẹ của cậu bé nhận ra có điều gì với bản thân con trai của mình. Đó chính là Đức Thánh, Đức Thánh Linh sẽ giúp đỡ chúng ta trong hành trình đức tin theo Ngài, Đức Thánh Linh giống như một người mẹ dịu dàng.

Sanh bông trái Đức Thánh Linh

Đời sống thuộc linh của chúng ta cũng như người gieo giống, khi hạt giống được gieo thì mọc lên, tăng trưởng, rồi nở hoa, đơm hoa kết trái. Chúng ta cũng vậy, khi hạt giống được trồng bên trong chúng ta thì chúng ta sẽ có sự sống, sự sống đó có Đức Thánh Linh ngự trị, và có sự giúp đỡ từ Đức Thánh Linh, chúng ta sẽ sống kết quả và sinh ra bông trái Thánh Linh. Chỉ duy khi chúng ta nhờ cậy Đức Thánh Linh thì chúng ta mới sanh ra bông trái Thánh Linh trong đời sống.

Chúng ta có thể liên tưởng Đức Thánh Linh như một nguồn máy phát điện. Khi máy phát điện được khởi động thì sẽ có dòng điện chạy qua, dòng điện được kết nối với các bóng đèn, ngay lập tức có sự sáng. Có ánh sáng thì mọi bóng tối sẽ xua tan đi, bóng tối không còn hiện diện, chỉ có ánh sáng hiện diện. Cuộc đời của chúng ta cũng như vậy, nếu chúng ta không có Đức Thánh Linh hiện diện và ngự trong tấm lòng của chúng ta thì bóng đèn trong tâm lòng của chúng ta không bao giờ được soi sáng, chỉ có bóng tối ngự trị. Nhưng khi chúng ta kết nối với Đức Thánh Linh, để Ngài soi dẫn mỗi hành trình của chúng ta thì chúng ta sẽ sống kết quả cho Ngài.

Chúng ta phải luôn cẩn thận và thận trọng khi chúng ta cầu nguyện trong sự nhờ cậy Đức Thánh Linh, chúng ta cũng phải vâng lời tuyệt đối sự hướng dẫn của Đức Thánh Linh. Lòng chúng ta đầy dẫy Đức Thánh Linh, chúng ta sẽ ham muốn học lời Chúa, khát khao tìm kiếm Chúa trong mọi hoàn cảnh, nương cậy Chúa trong mọi thử thách và khó khăn nhất của cuộc đời. Đời sống chúng ta sẽ đơm hoa kết trái.

Tội lỗi không còn ngự trị trong chúng ta, lòng chúng ta hướng về Ngài, con người bản ngã, xác thịt nầy không còn hiện trong ta, chỉ có Đức Thánh Linh ngự trị. Như vậy, chúng ta mới có thể sống theo tấm gương Chúa Giê-su. Nhưng bên cạnh đó, như chúng ta biết trong một cây thì có nhiều quả, không phải quả nào cũng chín đẹp và tốt tươi. Hội Thánh chúng ta cũng vậy, không phải tất cả chúng ta đều đầy dẫy Đức Thánh Linh, có người thì đầy tình yêu thương, có người thì không, có người thì mềm mại, có người thì không mềm mại...

Tuy nhiên, khi thời gian trôi đi, mỗi trái nho sẽ chín hoàn toàn, toàn những quả nho màu tím đen lớn. Tương tự như vậy, nếu chúng ta có đầy đủ chín bông trái Thánh Linh trong đời sống thì chúng ta sẽ mang tinh thần của Đức Chúa Trời, có một đời sống mới, đời sống ghét tội lỗi, ghét việc làm của xác thịt mà Đức Chúa đang mong đợi. Chúng ta sẽ nghe được tiếng Chúa gọi, nghe được giọng êm nhẹ của Ngài, chúng ta mang một tinh thần mạnh mẽ và đầy quyền năng của Đức Thánh Linh, để chúng ta sống làm vinh hiển danh Chúa, vinh quang Thiên đàng đang chờ đợi chúng ta và đó là ngôi nhà đời đời của chúng ta.

Ham muốn Đức Thánh Linh và ham muốn xác thịt

Sứ đồ Phao-lô nói rằng; tôi muốn làm điều lành thì điều dữ cứ dính dấp theo tôi. Chúng ta cố gắng sống theo Thánh Linh nhưng việc làm của xác thịt cứ theo chúng ta. Việc làm của xác thịt trái với lẽ thật, việc làm của xác thịt rõ ràng lắm; Ấy là gian dâm, ô uế, luông tuồng, đôi mắt gây cho chúng ta phạm tội dâm dục...tội lỗi làm cho chúng ta mất sự công chính và vô luật pháp. Thời gian gần đây, có một người đàn ông đến và yêu cầu tôi cầu nguyện để bản thân thoát khỏi sự cám dỗ xem các hình ảnh khiêu dâm. Người đàn ông nầy tâm sự rằng; mới nhìn lần đầu thì chẳng có cảm giác gì những nó lại ảnh hưởng mạnh mẽ đến người khác. Thế rồi cậu ta lại nhìn lần thứ hai, những hình ảnh đó cứ len lỏi vào trong tâm trí của cậu ta, cậu ta không thể vứt bỏ nó được, vì vậy cậu ta lại quyết định muốn xem tiếp nhưng sâu thẳm bên trong tấm lòng của cậu ta thì có tiếng nói nhỏ nhẹ của Đức Thánh Linh, cậu ta cảm thấy đầy lo lắng và bối rối.

Trong hoàn cảnh nầy, tấm lòng của cậu bị chi phối những gì cậu ta đã xem thấy, nghe thấy. Nếu chúng ta không từ bỏ sự ham muốn của xác thịt, không loại trừ nó ra khỏi đời sống của chúng ta thì chúng ta sẽ chấp nhận nó, chúng ta sẽ nhân rộng nó, phát triển nó từ nhỏ đến lớn.

Lời Chúa trong Ga-la-ti 5: 16-18 chép "Vậy tôi nói rằng: Hãy bước đi theo Thánh Linh, chớ hề làm trọn những điều ưa muốn của xác thịt. 17 Vì xác thịt có những điều ưa muốn trái với những điều của Thánh Linh, Thánh Linh có những điều ưa muốn trái với của xác thịt; hai bên trái nhau dường ấy, nên anh em không làm được điều mình muốn làm. 18 Nhưng, ví bằng anh em nhờ Thánh Linh chỉ dẫn, thì chẳng hề ở dưới luật pháp"

Mặt khác, khi chúng ta làm theo sự ham muốn của Đức Thánh Linh, chúng ta sẽ có được sự bình an trong tâm hồn, sự vui mừng, bởi vì có Chúa là sự vui mừn. Ngược lại sự ham muốn Thánh Linh là ham muốn xác thịt, nếu chúng ta ham muốn xác thịt thì đời sống chúng ta trở nên cằn cõi, khô khan, mọi vấn đề bửa vây chúng ta, và chúng đánh mất đời sống thuộc linh của mình, đời sống xác thịt đã ngự trị trong tấm lòng của chúng ta thì chúng ta rất khó để khát khao có một đời sống ham muốn thuộc linh.

Phao-lô lập luận trong Rô ma 7: 22-24; Vì theo người bề trong, tôi vẫn lấy luật pháp Đức Chúa Trời làm đẹp lòng; 23 nhưng tôi cảm biết trong chi thể mình có một luật khác giao chiến với luật trong trí mình, bắt mình phải làm phu tù cho luật của tội lỗi, tức là luật ở trong chi thể tôi vậy. 24 Khốn nạn cho tôi! Ai sẽ cứu tôi thoát khỏi thân thể hay chết nầy.

Thật dễ dàng cho chúng ta nhận ra thế nào là đời sống ham muốn Thánh Linh và ham muốn xác thịt, ham muốn Thánh Linh thì chúng ta trở nên con cái của Đức Chúa Trời, còn ham muốn xác thịt thì trở nên con cái của sự tối tăm

Trong Ga-la-ti 6: 6 chép rằng; "Kẻ gieo cho xác thịt, sẽ bởi xác thịt mà gặt sự hư nát, song kẻ gieo cho Thánh Linh, sẽ bởi Thánh Linh mà gặt sự sống đời đời". Khi chúng ta sống theo xác thịt thì chúng ta sẽ làm việc cho xác thịt, tội lỗi sẽ kiểm soát chúng ta, thậm chí chúng ta sẽ đánh mất vương quốc của Đức Chúa Trời.

Còn trong Ga-la-ti 5: 19-21 chép; "Vả, các việc làm của xác thịt là rõ ràng lắm: Ấy là gian dâm, ô uế, luông tuồng, 20 thờ hình tượng, phù phép, thù oán, tranh đấu, ghen ghét, buồn giận, cãi lẫy, bất bình, bè đảng, 21 ganh gổ, say sưa, mê ăn uống, cùng các sự khác giống như vậy. Tôi nói trước cho anh em, như tôi đã nói rồi: Hễ ai phạm những việc thể ấy thì không được hưởng nước Đức Chúa Trời".

Nếu chúng ta ham muốn Đức Thánh Linh thì chúng ta sẽ sản sinh ra chín bông trái Thánh Linh, Ga-la-ti 5: 22-23 "Nhưng trái của Thánh Linh, ấy là lòng yêu thương, sự vui mừng, bình an, nhịn nhục, nhân từ, hiền lành, trung tín, mềm mại, tiết độ: 23 Không có luật pháp nào cấm các sự đó"

Đừng đánh mất tấm lòng chân thật của chúng ta

Để trở nên con cái thật của Đức Chúa Trời chúng ta phải có bông trái của Thánh Linh và sống bởi đức tin, tin theo sự hướng dẫn của

Đức Thánh Linh. Hễ ai trong chúng ham mến chân lý thì chúng ta sẽ ham mến Đức Thánh Linh, còn nếu đối nghịch với chân lý là ham muốn đời sống xác thịt, sống theo tư dục mình xui khiến, sống không có ánh sáng soi đường chỉ lối.

Một ví dụ thật rõ ràng về việc làm của xác thịt mà chúng ta hay vấp phạm và hiểu lầm. Lời Chúa phán dạy dân Y-sơ ra ên hoặc phán dạy con dân của Ngài là phải lấy ngày nghỉ đặng làm nên ngày thánh, đây là một trong những điều răn của Chúa trong 10 điều răn mà Đức Chúa Trời ban cho con dân của Ngài. Nhưng có một tín đồ luôn tranh đấu về điều nầy, tín đồ nầy có một cửa hàng bán quần áo, anh ta không muốn nghỉ ngày Chúa nhật, anh ta luôn chiến đấu trong tâm trí về vấn đề giữa lợi nhuận kinh doanh và đi nhà thờ ngày Chúa nhật bên nào nên làm, nên chọn cái nào? Tôi có nên đóng cửa hàng hằng tuần hay không hay tôi dẫn vợ con và gia đình đi nhà thờ vào ngày Chúa nhật? Nhưng sâu thẳm bên trong tấm lòng của anh ấy thì Đức Thánh Linh phán với anh ta rằng, nếu con giữ ngày nghỉ đặng làm nên ngày thánh thì Ta sẽ ban cho con mọi điều, mọi thứ đó sẽ nhiều gấp đôi hơn khi con buôn bán vào ngày Chúa nhật.

Trong Rô ma 8: 26 viết rằng; "Cũng một lẽ ấy, Đức Thánh Linh giúp cho sự yếu đuối chúng ta. Vì chúng ta chẳng biết sự mình phải xin đặng cầu nguyện cho xứng đáng; nhưng chính Đức Thánh Linh lấy sự thở than không thể nói ra được mà cầu khẩn thay cho chúng ta" Dù bất cứ khi nào, bất cứ ở nơi đâu, làm việc gì, nếu chúng ta luôn nhờ cậy Đức Thánh Linh, thì chúng ta sẽ cảm thấy bình an trong tâm hồn, đức tin tăng trưởng mỗi ngày.

Lời của Đức Chúa Trời là trường tồn mãi mãi, lời Chúa không hề qua đi, dù một chấm, một nét, lời của Chúa luôn luôn ích lợi, tốt đẹp cho con cái Chúa trong mọi hoàn cảnh, trong mọi thời đại. Kinh Thánh là ngọn đèn soi đường dẫn lối mỗi cuộc đời của chúng ta. Con cái thật của Chúa sẽ ghét việc làm xác thịt, và ham muốn việc làm Thánh Linh. Đức Thánh Linh cáo trách, sửa phạt tội lỗi chúng ta, và ban cho chúng sự khôn ngoan để chúng hiểu được lời của Đức Chúa Trời, lời Chúa giúp chúng ta mới luôn giữ được tấm lòng chân thật, trong sạch của mình.

Trong Ma-thi-ơ 12: 35 "Người lành do nơi đã chứa điều thiện mà phát ra điều thiện; nhưng kẻ dữ do nơi đã chứa điều ác mà phát ra điều ác". Vì vậy, nhờ quyền năng của sự cầu nguyện, chúng ta phải quăng xa tội lỗi ra khỏi tấm lòng của chúng ta, tâm trí của chúng ta, và hãy để những điều tốt đẹp ngự trị trong tâm trí của chúng ta.

Ga-la-ti 5: 13-15 "Hỡi anh em, anh em đã được gọi đến sự tự do, song chớ lấy sự tự do đó làm dịp cho anh em ăn ở theo tánh xác thịt, nhưng hãy lấy lòng yêu thương làm đầy tớ lẫn nhau. 14 Vì cả luật pháp chỉ tóm lại trong một lời nầy: Ngươi hãy yêu kẻ lân cận như mình. Nhưng nếu anh em cắn nuốt nhau, thì hãy giữ, kẻo kẻ nầy bị diệt mất bởi kẻ khác".

1 Giăng 4 "Hỡi kẻ rất yêu dấu, chúng ta hãy yêu mến lẫn nhau; vì sự yêu thương đến từ Đức Chúa Trời, kẻ nào yêu, thì sanh từ Đức Chúa Trời và nhìn biết Đức Chúa Trời. 8 Ai chẳng yêu, thì không biết Đức Chúa Trời; vì Đức Chúa Trời là sự yêu thương"

1 Giăng 4: 7-8

"Hỡi kẻ rất yêu dấu, chúng ta hãy yêu mến lẫn nhau, vì sự yêu thương đến từ Đức Chúa Trời, kẻ nào yêu, thì sanh ra từ Đức Chúa Trời, và nhìn biết Đức Chúa Trời. Ai chẳng yêu thì không biết Đức Chúa Trời, vì Đức Chúa Trời là sự yêu thương.

Chương 2

TÌNH YÊU THƯƠNG

Tình yêu thuộc linh
Tình yêu xác thịt thay đổi theo thời gian
Tình yêu thuộc linh thay đổi một con người
Tình yêu chân thật hướng về Đức Chúa Trời
Để kết trái trong tình yêu

TÌNH YÊU THƯƠNG

Tình yêu thương có sức mạnh hơn mọi điều khác. Năng quyền tình yêu, có thể cứu những con người đang hư mất, những con người bị lãng quên và đang đối diện với sự chết đời đời. Tình yêu thương có sức mạnh phi thường, tình yêu thương là hay giúp đỡ và khích lệ anh em trong hành trình đức tin. Khi chúng ta dùng tình yêu chân thật có như vậy chúng ta mới có thể thay đổi một tấm lòng của những đang nao sờn và buồn thảm, mất đi sức sống trong cuộc đời, chỉ có tình yêu mới có thể thay đổi tội nhân trở lại với Đức Chúa Trời, vì công việc của Đức Chúa Trời là tình yêu thương, sự nhân từ, chân lý và công lý.

Một nhóm nghiên cứu xã hội học đã tiến hành nghiên cứu trên 200 sinh viên, họ là những sinh viên sống trong những khu vực nghèo khó ở thành phố Baltimore. Nhóm nghiên cứu kết luận rằng những sinh viên này ít có cơ hội và ít hy vọng thành công. Nhưng 25 năm sau một nhóm nghiên cứu nầy tiếp tục tiến hành nghiên cứu lại những sinh viên mà họ đã nghiên cứu 25 năm trước, kết quả thật kỳ diệu, trong 200 số sinh viên đã được nghiên cứu thì có tới 176 sinh viên đã trở thành những người thành công, trong số họ có những người làm nhà xã hội học, luật sư, bác sĩ y khoa, nhà diễn thuyết, nhà kinh doanh. Nhóm nghiên cứu đã phỏng vấn lại những sinh viên nầy. Làm cách nào mà các bạn có thể vượt qua trong hoàn cảnh khó khăn một cách phi thường như vậy? Họ đồng thanh đáp, bí quyết nằm ở chỗ là giáo viên của chúng tôi, là người thầy của chúng tôi. Những người nghiên cứu nầy liền hỏi giáo viên của những người thành công, có bí quyết nào mà anh có thể làm nên một điều phi thường như vậy? Người giáo của các nhà thành công đáp rằng; tôi chẳng có bí quyết nào," tôi chỉ biết một điều là tôi chỉ yêu họ như tôi yêu chính mình và họ biết tôi".

Vậy, tình yêu là gì? Bông trái Thánh linh đầu tiên trong chín bông trái Thánh linh là gì?

Địa vị cao nhất trong tình yêu là tình yêu thuộc linh

PNhìn chung tình yêu có hai loại tình yêu, tình yêu xác thịt và tình yêu thuộc linh. Tình yêu xác thịt thích tìm kiếm vật chất, lợi nhuận. Loại tình yêu nầy sẽ thay đổi theo thời gian. Còn loại tình yêu thứ hai là tinh yêu thuộc linh, tình yêu thuộc linh luôn tìm kiếm ích lợi cho người khác, sống cho người khác, và tình yêu thuộc linh sẽ không bao giờ thay đổi trong mọi hoàn cảnh nào. 1 Cô-rinh tô 13 giải thích về tình yêu thuộc linh một cách chi tiết, rõ ràng.

"Tình yêu thương hay nhịn nhục; tình yêu thương hay nhân từ; tình yêu thương chẳng ghen tị, chẳng khoe mình, chẳng lên mình kiêu ngạo, 5 chẳng làm điều trái phép, chẳng kiếm tư lợi, chẳng nóng giận, chẳng nghi ngờ sự dữ, 6 chẳng vui về điều không công bình, nhưng vui trong lẽ thật. 7 Tình yêu thương hay dung thứ mọi sự, tin mọi sự, trông cậy mọi sự, nín chịu mọi sự". (1 Cor 13:4-7).

Thế thì, có sự khác biệt nào về bông trái Thánh Linh trong Ga-la-ti 5 và tình yêu thuộc linh trong 1 Cô-rinh-tô 13?. Tình yêu thương như là một bông trái Thánh Linh, trong đó tình yêu là hy sinh cho người mình yêu. Đây là đỉnh điểm cao hơn trong tình yêu thương thể hiện ở 1 Cô-rinh tô 13. Tình yêu thương ấy được gọi là " tình yêu thuộc linh" là đỉnh điểm cao nhất trong tình yêu thương. Nếu chúng ta mang trong mình những bông trái của Thánh Linh thì chúng ta có thể yêu người khác như Chúa đã yêu chúng ta, sống hy sinh cho người khác, không những vậy mà chúng ta có thể yêu bất cứ ai và yêu mọi thứ xung quanh chúng ta.

Đức Chúa Trời là Đấng của tình yêu thương và nguồn của tình

yêu, Ngài yêu chúng ta một cách nhưng không, nếu chúng có tình yêu của Ngài trong sự sống của mình thì chúng sẽ dâng cả cuộc đời cho Ngài, hy sinh cho Ngài, hy sinh cho vương quốc, hy sinh cho sự công chính. Hơn thế nữa, đỉnh điểm của tình yêu thương không chỉ là sự hy sinh cho người mình yêu mà còn yêu những kẻ thù của mình, Lời Chúa dạy rằng, nếu các ngươi yêu những người yêu mình thì có ích chi, người ngoại cũng làm như vậy. Hãy yêu kẻ thù mình.

1 Giăng 4: 20-21 "Ví có ai nói rằng: Ta yêu Đức Chúa Trời, mà lại ghét anh em mình, thì là kẻ nói dối; vì kẻ nào chẳng yêu anh em mình thấy, thì không thể yêu Đức Chúa Trời mình chẳng thấy được. 21 Chúng ta đã nhận nơi Ngài điều răn nầy: Ai yêu Đức Chúa Trời, thì cũng phải yêu anh em mình". Như vậy, nếu chúng ta yêu Đức Chúa Trời thì chúng ta cũng yêu thương người khác, nếu chúng ta nói chúng ta yêu Đức Chúa Trời mà ghét anh em mình, thì chúng ta đang nói dối.

Tình yêu xác thịt sẽ thay đổi theo thời gian

A-đam là con người đầu tiên được Đức Chúa Trời tạo dựng, Đức Chúa Trời yêu A-đam bằng tình yêu thuộc linh, Đức Chúa Trời cũng lập một cảnh vườn tại Ê-đen về hướng Đông, và đặt người mà Ngài vừa dựng nên ở đó. Đức Chúa Trời sống cùng A-đam, Ngài không những ban mọi thứ trong vườn địa đàng cho A-đam mà Ngài còn trao hết mọi quyền hạn cho A-đam để quản trị muôn loài.

A-đam nhận được tình yêu thuộc linh đầy tràn thế nhưng A-đam không lại không cảm nhận và nhận ra tình yêu của Đức Chúa Trời dành cho mình. Vì vậy, A-đam chưa bao giờ kinh nghiệm được tình yêu của Đức Chúa Trời dành cho mình nhiều dường bao. Suốt khoảng một thời gian dài, thời gian trôi qua mỗi ngày, A-đam bị con rắn xưa cám dỗ, sa vào tội lỗi, và bất tuân với Đức Chúa Trời. A-đam đã ăn trái cấm, trái mà Đức Chúa Trời cấm không cho ăn. (Sáng

2:17; 3: 1-6).

Từ đó tội lỗi đã di truyền qua các thế hệ của loài người, di truyền vào thế gian, tội lỗi cũng đi vào trong tấm lòng của A-đam, A-đam trở nên một con người xác thịt, mất đi mối thông công mật thiết với Đức Chúa Trời. Đức Chúa Trời bèn đuổi A-đam ra khỏi vườn địa đàng, đặng cày cấy đất, là nơi có người ta (Sáng 3:23).

Loài người, hay thế hệ của A-đam đã biết kinh nghiệm sự thù hận, ghen tị, đau đớn, đau buồn, đau ốm, bệnh tật và sự sầu khổ là như thế nào. Từ khi A-đam phạm tội, loài người chỉ sống trong tội lỗi, sống trong xác thịt, lòng đầy thù hận và ganh ghét, vì thiếu vắng tình yêu thuộc linh.

Tổ phụ loài người của chúng ta là A-đam đã phạm tội, vì vậy xã hội chúng ta đang sống ngày hôm nay rất khó khăn để tìm thấy tình yêu thuộc linh hiện trên thế gian nầy. Loài người chúng ta có vô số phương pháp để tỏ bày tình yêu của mình đối với người khác, dù bạn có yêu một ai nhiều chăng đi nữa, và rồi tình yêu đó cũng thay đổi theo năm tháng, thay đổi theo hoàn cảnh, thay đổi mọi điều kiện, thậm chí tình yêu đó cũng có thể phản bội nhau chỉ vì để đạt được một ích lợi nào đó cho cá nhân, cho gia đình, cho người thân của mìn.

Trò cũng có thể lừa thầy phản bạn, con cũng có thể giết cha, giết mẹ khi đặt để một ích lợi nào đó cao hơn tình yêu thương thật. Nếu bạn muốn muốn một ai đó yêu bạn thì bạn phải yêu người đó nhiều hơn, ban cho người đó nhiều hơn, nếu bạn mong chờ một sự đáp trả nào đó từ người bạn của mình không như ý muốn của bản thân thì bạn sẽ rời vào hoàn cảnh tuyệt vọng, đó cũng được gọi là tình yêu xác thịt.

Khi cặp đôi nam nữ làm lễ thành hôn, họ nguyện kết ước cùng nhau, thề non hẹn biển, hứa yêu nhau suốt đời, nhưng thời gian trôi đi, những lời hứa nguyện ước năm nào đã không còn, thay vào đó là sự đắng cay. Tình yêu của họ đã thay đổi, ý niệm về một tình yêu ban đầu về hôn nhân đã thay đổi. Tình yêu đẹp đẽ ngày nào giờ thì chỉ còn là dĩ vãng. Tình yêu vợ chồng của họ không còn mặn mà, họ không muốn làm cho nhau những lời hứa ban đầu. Cách đây nhiều thế kỷ, hôn nhân có giá trị và những cặp vợ chồng luôn cùng nhau dựng xây mái ấm gia đình, họ cố gắng để làm hài lòng nhau, họ không muốn làm nhau buồn, nhưng tình yêu hồi xưa họ chỉ có thể làm theo cách của thời xưa, đó là tình yêu thuộc thế hệ ông bà của chúng ta.

Còn thời đại ngày nay thì mọi thứ đã và đang thay đổi chóng mặt, những cặp vợ chồng dễ dàng đến với nhau, rồi cũng dễ dàng chia tay, dễ dàng ly dị, tình yêu đến nhanh rồi cũng đi nhanh. Vâng, bạn dễ dàng nói lời yêu một ai đó, và cũng dễ dàng nói lời chia tay, và đó gọi là tình yêu xác thịt.

Tình yêu của một người cha đối với con cái thì như thế nào? Có sự khác biệt nào không? Không, cũng không có sự khác biệt nhiều. Tất nhiên, người cha có thể hy cả cuộc đời mình cho con cái, thậm chí có người cha sẽ hy sinh cả tính mạng của mình cho người con, nhưng khi tình yêu đó trao cho thì cũng gọi là tình yêu xác thịt. Nếu chúng ta có tình yêu thuộc linh thì chúng ta có thể làm hơn thế, người cha không chỉ yêu con cái của mình mà còn yêu mọi người như yêu con của mình. Thật đáng thương thay, thế giới chúng ta đang sống ngày hôm nay có quá nhiều tội ác, tội ác mỗi ngày một gia tăng, rất khó để chúng ta tìm thấy tình yêu thật sự, một tình yêu của cha dám hy sinh cả cuộc đời mình cho người con mà mình yêu. Đồng tiền, vật chất cũng là lý do tạo nên sự phân rẽ, hận thù giữa cha và con.

Vậy, tình yêu giữa anh chị em và bạn bè thì như thế nào? Nhiều anh em cũng sẽ trở nên kẻ thù của nhau chỉ đồng tiền, vật chất. Còn đối với tình bạn bè cũng như vậy. Đồng tiền có thể phân rẽ tình anh em, tình bạn bè, cha mẹ, con cái và trong tất cả các mối quan hệ khác. Họ yêu nhau khi mọi chuyện tốt đẹp và khi họ đồng ý về điều gì đó. Nhưng tình yêu của họ có thể thay đổi bất cứ lúc nào nếu mọi thứ trở nên khác. Vì tình yêu xác thịt sẽ thay đổi theo năm tháng, sẽ không có gì có tồn tại tại mãi mãi ngoại trừ tình yêu thuộc linh.

Ngoài ra, con người chúng ta mong muốn nhận lại gấp đôi những gì mà họ đã ban cho người khác. Khi họ cảm thấy thương yêu một ai đó, thương xót một ai đó thì họ sẵn sàng ban cho mà không có sự tính toán nào trong đó cả nhưng một khi tình yêu thương đó không còn thì muốn nhận lại những gì mà bản thân họ đã ban cho. Cuối cùng chẳng được gì cả. Rốt lại, sau những điều mà họ ban cho ai đó một điều gì thì họ mongg muốn mình phải nhận lại nhiều hơn, đây cũng gọi là tình yêu xác thịt.

Chỉ có tình yêu thuộc linh mới có thể thay đổi được con người

Có một ai đó sẵn sàng hiến dâng cả cuộc đời của mình cho một ai đó mà anh ta yêu thương, nhưng như chúng ta đã biết để làm việc đó thì vô cùng khó khăn cho chúng ta yêu một ai đó, đó gọi là sự giới hạn trong tình yêu. Có một câu chuyện kể rằng; Tại một vương quốc nọ. Có một vị vua rất tốt lành, vị vua nầy vô cùng yêu thương người con trai của mình. Tại vương quốc đó có một kẻ sát nhân khét tiếng chuẩn bị nhận án tù tử tình. Vậy làm thế nào để kẻ sát nhân nầy thoát được tội chết, chỉ có một phương pháp là có một ai đó vô tội chết thay tội cho mình.

Vậy, vị vua nầy có thể từ bỏ con trai mình mà đi chết thay tội cho một kẻ sát nhân không? Không, điều đó chưa bao giờ xảy trong suốt chiều lịch sử của nhân loại. Nhưng có một Đấng vĩ đại, cao cả, Ngài là Đấng sáng tạo, chúng ta không thể so sánh Ngài với bất kỳ một vị vua nào của loài người, Đức Chúa Trời là vua muôn vua, là Chúa muôn Chúa, Đức Chúa Trời đã ban cho nhân loại con một của Ngài, Đức Chúa Trời yêu thương chúng ta vô biên (Rô-ma 5;8)

Tội lỗi đem đến sự lõa lồ, sĩ nhục, đau khổ cho con người, di truyền cho con cháu, nên mỗi người sinh ra đều thụ hưởng bản chất tội lỗi của A-đam, tội dẫn chúng ta đến sự chết đời đời, phương cách để loài người được cứu rỗi và hưởng được sự sống Thiên đàng là tội lỗi phải được thứ tha, tội lỗi tạo nên sự phân cách loài người với Đức Chúa Trời, mất đi sự tương giao với Đức Chúa Trời. Vì yêu thế gian nên Đức Chúa Trời đã ban con một của Ngài là Chúa Giê-su đến thế gian chết thay tội lỗi của chúng ta, chết thay tội lỗi của nhân loại. Ga-la-ti 3:13; 'Đấng Christ đã chuộc chúng ta khỏi sự rủa sả của luật pháp, bởi Ngài đã nên sự rủa sả vì chúng ta, --- vì có lời chép: Đáng rủa thay là kẻ bị treo trên cây gỗ".

Rô-ma 6; 23 "Vì tiền công của tội lỗi là sự chết; nhưng sự ban cho của Đức Chúa Trời là sự sống đời đời trong Đức Chúa Jêsus Christ, Chúa chúng ta".

Hê-bê rơ 9: 22 "Theo luật pháp thì hầu hết mọi vật đều nhờ huyết mà được sạch: không đổ huyết thì không có sự tha thứ". Chúa Giê-su đã chết thay tội lỗi của chúng ta, huyết của Ngài tuôn đổ trên cây thập tự, chỉ có một con đường duy nhất có thể phục hồi lại mối liên hệ giữa con người và Đức Chúa Trời, đó là Chúa Giê-su, qua Chúa Giê-su con người phục hồi lại địa vị làm con của Thượng Đế. Vì vậy, Đức Chúa Trời đã ban con một của Ngài là Chúa Giê-su xuống trần để cứu vớt kẻ có tội, hễ ai tin nhận Ngài thì không bị trừng phạt mà được sự sống đời đời.

1 Giăng 4: 9-10 "Lòng Đức Chúa Trời yêu chúng ta đã bày tỏ ra trong điều nầy: Đức Chúa Trời đã sai Con một Ngài đến thế gian, đặng chúng ta nhờ Con được sống. 10 Nầy, sự yêu thương ở tại đây: ấy chẳng phải chúng ta đã yêu Đức Chúa Trời, nhưng Ngài đã yêu chúng ta, và sai Con Ngài làm của lễ chuộc tội chúng ta".

Vì Đức Chúa Trời yêu thương chúng ta đến nỗi đã ban con một

của Ngài là Chúa Giê-su chết thay tội lỗi của chúng ta trên cây thập tự, đây là tình yêu của Đức Chúa Trời ban cho chúng ta thông qua con một của Ngài, Ngài yêu chúng ta với một tình yêu vĩnh cửu, một tình yêu vô điều kiện, một tình yêu mặc dầu, huyết của Ngài tuôn đổ vì tội lỗi của chúng ta.

Tình yêu chân thật là tin cậy Chúa và hướng về Ngài

1 Giăng 4: 7-8 "Hỡi kẻ rất yêu dấu, chúng ta hãy yêu mến lẫn nhau; vì sự yêu thương đến từ Đức Chúa Trời, kẻ nào yêu, thì sanh từ Đức Chúa Trời và nhìn biết Đức Chúa Trời. 8 Ai chẳng yêu, thì không biết Đức Chúa Trời; vì Đức Chúa Trời là sự yêu thương". Liệu có người nào có thể yêu một ai đó như thế không?.

Chúng ta không chỉ học biết về Đức Chúa Trời mà còn cảm nhận được tình yêu sâu sắc của Đức Chúa Trời dành cho chúng ta. Khi chúng kinh nghiệm được tình yêu cao cả của Chúa, chúng ta sẽ càng yêu Chúa nhiều hơn, gần Chúa hơn, từng giây phút trong cuộc đời chúng ta không thể thiếu Ngài. Dẫu gặp hoàn cảnh ngộ nào, thử thách ra sao thì lòng của chúng ta vẫn an ninh thay, nguyện Chúa nắm lấy tay chúng ta mãi mãi.

Cách đây hơn 30 mươi năm tại hàn quốc có một tai nạn nổ bình ga, tại vì người dân hàn quốc có thói quen sử dụng than nấu bánh để sưởi ấm, sử dụng quá mức quy định cho nên khí các bonmonoxide từ than đá gây ra tại nạn. Trong tai nạn có ba người con gái thân yêu của tôi là nạn nhân của vụ nổ đó, cùng với một thanh niên khác, họ bị ngộ độc than, họ đã hít khí xăng suốt cả đêm, dường như họ không còn có hy vọng để hồi phục, thời gian đó hầu như tôi phải đối diện với sự mất mát ba người con gái thân yêu của tôi. Đối diện với nan đề lớn, tôi ngồi nhìn con gái yêu quý của tôi, lòng tôi vẫn bình tịnh, chẳng có một lời nào oán trách Chúa, thay vào đó tôi dâng lên lời cảm tạ Chúa, tôi nghĩ đến ngôi nhà tương lai của tôi là Thiên đàng, nơi đó không có đau buồn, không có chết chóc, sầu khổ hay than khóc. Tôi đến bên cạnh ba con gái yêu của tôi, và cậu thanh niên trẻ đó, tôi biết cậu thanh niên nầy chưa tin nhận Chúa, tôi năm lấy bàn tay của cậu ấy và cầu nguyện cho cậy ấy, xin Chúa cứu lấy chàng trai trẻ nầy, tôi tiếp tục cầu nguyện cho con thứ ba yêu dấu của tôi, trong khi tôi đang cầu nguyện cho con gái yêu thì chàng trai trẻ nầy nhận thức được trong tâm trí, tôi tiếp tục cầu nguyện cho con gái thứ hai thì con gái út bỗng dưng tỉnh dậy, cả hai con gái đầu và thứ hai đều nhận thức được trong lời cầu nguyện của tôi. Tất cả họ không còn cảm thấy đau đớn trong thân thể, ngày qua ngày tất cả họ đều đã được chữa lành. Ba con gái yêu quý của tôi bây giờ họ đã trở thành người đầy tớ của Chúa, Chúa đang dùng họ trong mục vụ của mình trong các Hội Thánh.

Nếu chúng ta yêu Ngài thì không có gì có thể phân rẽ tình yêu của chúng ta với Đức Chúa Trời, chẳng có hoàn cảnh nào có thể thay đổi tình yêu của chúng ta với Ngài, tình yêu của chúng ta dành cho Ngài không bao giờ thay đổi. Chúng ta chỉ có thể tin Ngài tuyệt đối với một đức tin trường tồn trong Ngài.

Thái độ và cả tâm hồn của chúng ta luôn hướng về Ngài. 1 Giăng 3: 16 "Bởi đó chúng ta nhận biết lòng yêu thương, ấy là Chúa đã vì chúng ta bỏ sự sống; chúng ta cũng nên bỏ sự sống vì anh em mình vậy". Nếu chúng ta yêu Chúa chân thật, hết lòng thì chúng ta cũng yêu anh em mình thật lòng. Điều nầy có nghĩa là chúng ta sẽ yêu anh em mình với tình yêu vô điều kiện, không có trục lợi hay lạm dụng trong tình yêu chân thật, khi chúng ta ban cho thì chúng ta không trông mong để nhận lại sự đáp trả từ anh em mình. Chúng ta sẽ hy sinh lợi ích cao cả của mình cho anh em và ban cho người khác những gì mình có.

Cả cuộc đời tôi đã trải qua nhiều thử thách trên bước đường theo Chúa, những người tôi tin tưởng, yêu thương ững phản bội tôi, người mà tôi xem như là gia đình của mình mà họ cũng phản bội tôi, họ hiểu lầm tôi, chỉ trích tôi, đoán xét tôi. Tuy nhiên, tôi vẫn đối xử tốt với họ, tôi vẫn khoan dung và tha thứ cho họ, tôi cầu nguyện cho họ, tôi dâng cuộc đời họ cho Đức Chúa Trời, xin Chúa tha thứ tội lỗi họ với một tình yêu cao cả của Ngài. Tôi vẫn yêu thương những người gây tranh cạnh cho Hội Thánh, những người rời bỏ Hội Thánh, tôi luôn mong họ quay trở về lại với nhà Chúa, ăn năn và tin nhận Ngài trở lại. Tôi biết Chúa đang thử thách tôi từ những người tôi yêu thương nhất. Vì vậy, tôi vẫn yêu họ như Chúa đã yêu tôi, vì tôi tin Đức Chúa Trời yêu tôi, tôi yêu họ như tình yêu của Chúa yêu tôi.

Để kết trái trong tình yêu thương

Chúng ta có thể sống một đời sống đơm hoa kết trái trong tình yêu thương khi chúng ta loại bỏ những điều xấu trong suy nghĩ, tâm trí, sự lười biếng, và dối trá trong tấm lòng của chúng ta, khi tấm lòng của chúng ta đầy dẫy tình yêu thương thì điều xấu không thể ngự trị trong ta. Tình yêu thật của chúng ta sẽ đem đến niềm vui, sự bình an cho mọi người, cho những ai mà chúng ta gặp gỡ. Chúng ta yêu thương họ, quan tâm, sẻ chia với họ, giúp đỡ họ, chúng ta sẽ đem đến sự vui mừng cho họ, bởi tình yêu thương chân thật của chúng giúp họ có sự bình an trong tâm hồn, thịnh vượng, vương quốc của Ngài sẽ được mở rộng.

Trong Kinh Thánh có một nhân vật được là những người cha của đức tin. Đó là Môi-se, ông ta rất yêu dân sự của mình, yêu dân Y-sơ-ra-ên hơn cả tình yêu Môi-se dành cho gia đình, Môi-se dành hết tình yêu của mình cho dân sự mà quên mất bản thân mình sẽ bị xóa khỏi danh sách của sự sống (Xuất 32:32).

Sứ đồ Phao-lô là một người yêu Chúa cả tâm trí, linh hồn, hết sức. Khi Phao-lô gặp Chúa, Phao-lô đã trở thành sứ đồ cho dân ngoại, Phao-lô đã đi khắp thế gian để rao giảng Phúc âm cho người ngoại và đem dắt nhiều linh hồn trở về lại với Đức Chúa Trời, trong hành trình truyền giáo Phao-lô đã mở mang Hội Thánh. Mặc dù Phao-lô đối diện với sự chết, sự bắt bớ nhưng Phao-lô vẫn rao giảng thập tự giá của Đấng Christ, vì yêu Chúa, vì tình yêu của Đấng Christ dành cho dân ngoại, ông ta đã hy sinh bản thân mình cho danh của Chúa, cho đến khi ông tử vì đạo tại Rô-ma.

Sự bắt bớ, đánh đập liên tục từ người Do Thái, có khi bị bỏ tù, bỏ đói, tra tấn, Phao-lô đã ở trong biển sâu một ngày một đêm. Dù hoàn cảnh có ra sao, tồi tệ đến mức nào thì Phao-lô vẫn trung tín với Đức Chúa, ông không bao giờ than phiền hay hối hận về những điều mình đã chọn lấy. Thay vì ông quan tâm đến bản thân, yêu thương bản thân mình khi phải đối diện với cái chết thì Phao-lô quan tâm, lo lắng cho Hội Thánh, cho tín đồ. 2 Cô-rinh tô 11: 28-29 'Còn chưa kể mọi sự khác, là mỗi ngày tôi phải lo lắng về hết thảy các Hội thánh. 29 Nào có ai yếu đuối mà tôi chẳng yếu đuối ư? Nào có ai vấp ngã mà tôi chẳng như nung như đốt ư?".

Sứ đồ Phao-lô không quan tâm đến cuộc đời của mình mà chỉ quan tâm làm cách nào để dẫn dắt nhiều linh hồn tin nhận Chúa Giê-su. Cả cuộc đời Phao-lô dành hết cho việc rao giảng Phúc âm và cứu tội nhân, không có tình yêu nào cao cả lớn lao hơn là tình yêu thương tội nhân, Phao-lô đã tỏ bày tấm lòng của mình trong Rô-ma 9:3 "Bởi tôi ước ao có thể chính mình bị dứt bỏ, lìa khỏi Đấng Christ, vì anh em bà con tôi theo phần xác".

Từ "my Kinsmen' có nghĩa là người thân, kể cả người thân trong gia đình và mối quan hệ khác. Tất cả họ đều bắt bớ tôi, kể cả người Do Thái. Phao-lô sẵn sàng chịu khổ, chịu thử thách, thậm chí sẵn sàng đi vào địa ngục để có thể cứu những người mình yêu thương, để dẫn đưa thêm một ai đó tin nhận Chúa Giê-su. Giăng 15:13 "Chẳng có sự yêu thương nào lớn hơn là vì bạn hữu mà phó sự sống mình."

Đỉnh điểm tình yêu thương của Phao-lô là sẵn sàng tử vì đạo cho người mình yêu.

Có những người nói rằng tôi yêu Chúa nhưng họ không yêu anh em cùng niềm tin và kể cả những kẻ thù của mình nữa. Trong mối quan hệ của họ luôn xảy ra những xung đột, chống đối lẫn nhau. Thậm chí trong khi cùng phục vụ Chúa mà họ cũng có sự lựa chọn khác biệt. Hơn thế nữa, có những người có tâm linh khô héo và đang chết dần, họ vô cảm với người khác, làm sao chúng ta có thể nói họ là người yêu Chúa dường nào. Phao-lô lại nói nữa, "Nếu tôi có thể cứu được một ngàn người linh hồn về với Chúa dầu có đi xuống địa ngục thì tôi cũng xuống. Tất nhiên, ý tôi muốn nói ở đây với mọi người là không phải muốn xuống địa ngục nghĩa là tôi sẵn sàng đi đến đó nếu tôi cứu được họ, lòng tôi khao khát, mong muốn được nhìn thấy nhiều linh hồn tin nhận Chúa Giê-xu, cả cuộc đời tôi, tôi chỉ biết Đấng Christ, và thập tự giá của Ngài.

Một ngàn linh hồn mà tôi vừa đề cập đến họ là những thành viên trong Hội Thánh, có thể là những người lãnh đạo Hội Thánh, hoặc là những người không tin chân lý, họ đang đùa với sự chết, có thể là những người đã được nghe tin lành và được làm chứng về Chúa Giê-su. Hơn thế nữa, cũng có thể là thành phần bắt bớ Hội Thánh, cũng có thể là những linh hồn vô tội tại Châu phi đang đối diện với một cuộc chiến tranh lạnh, đói khát, nghèo đói, gia đình...vvv

Cũng vậy, như Chúa Gê-su đã chết thay tội lỗi của tôi, tôi sẽ dâng trọn cuộc đời mình để cứu những linh hồn đang đi vào sự chết đời đời. Lý do tại sao tôi lại yêu họ như vậy? Không phải tôi yêu họ, họ cũng không phải là một phần của cuộc đời tôi mà chính là lời Chúa dạy chúng ta rằng chúng ta phải yêu. Tôi đã dành cả cuộc đời tôi và mọi thứ tôi mà tôi có, ngày qua ngày để có thể cứu được họ, vì tôi yêu họ hơn là tôi yêu bản thân mình, tôi không chỉ sống bằng lời nói mà phải hành động. Tôi phó thác cả cuộc đời tôi, ước muốn tôi cho

Đức Chúa Cha là Đấng đã yêu tôi.

Lòng tôi luôn trăn trở về linh hồn đang cần tình yêu của cứu Chúa Giê-su "Chúa ơi, con phải làm gì, và làm thế nào để con có thể rao giảng Phúc âm của Ngài cho nhiều nơi? Làm sao con có thể tỏ bày những công việc lớn lao, quền năng của Ngài cho nhiều người có thể tin? Làm sao con có thể giúp họ hiểu được ý nghĩa thật sự của đời người là gì? và dẫn họ đến với vương quốc của Ngài? Chúng ta hãy nhìn lại chính bản thân mình, chúng ta đã yêu Chúa như Chúa đã yêu chúng ta chưa?, vì yêu chúng ta đến nỗi Ngài đã ban con một của Ngài là Chúa Giê-su, một tình yêu thương thật, khi tấm lòng của bạn tràn ngập tình yêu thương, bạn muốn chia sẻ tình yêu thương đó cho mọi người. Tôi ước ao rằng bạn sẽ chia sẻ tình yêu đời đời của Đức Chúa Trời cho mọi người.

Phi-líp 4:4

"Hãy vui mừng mãi mãi, tôi lại nói nữa hãy vui mừng đi"

Không có luật pháp nào cấm các sự đó

CHƯƠNG 3

SỰ VUI MỪNG

Trái của sự vui mừng
Lý do tại sao trái vui mừng không hiện
diện trước bông trái vui mừng
Trái vui mừng trong Thánh Linh sanh ra sự chịu đựng
Bạn có muốn có trái của sự vui mừng
Gặt hái sự vui mừng trong nghịch cảnh
Hãy luôn sống tích cực và nhân từ trong mọi nan đề

SỰ VUI MỪNG

Tiếng cười làm giảm bớt áp lực, căng thẳng, tức giận, và cũng góp phần ngăn ngừa cơn đau tim và tử vong đột ngột, cười cũng cải thiện về khả năng miễn dịch của cơ thể, và có tác dụng tích cực trong việc ngăn ngừa bệnh nhiễm trùng, bệnh cúm thậm chí bệnh ung thư xậm hại đến thân thể do lối sống. Nụ cười chắc chắn có tác động tích cực đến sức khỏe của chúng ta, chính Đức Chúa Trời cũng dạy chúng ta là phải vui mừng. Một số người thường hay nói "Làm sao tôi có thể vui mừng khi không có gì làm cho tôi vui mừng? Nhưng những người có đức tin trong Chúa thì họ luôn vui mừng, vì họ tin chắc rằng Đức Chúa Trời sẽ vùa giúp họ vượt qua những khó khăn, thử thách. Cuối cùng ai bền đỗ thì sẽ hưởng được vương quốc của Đức Chúa Trời là Thiên Đàng vĩnh cữu.

Trái của sự vui mừng

Sự vui mừng là "Hạnh phúc bất diệt và hạnh phúc đặc biệt" trong chúng ta ai cũng đã từng có được niềm vui như thế khi những điều tốt đẹp đến với chúng ta, nhưng đây chỉ là niềm vui tạm thời, khi chúng ta chưa sanh ra bông trái vui mừng thì chúng ta sẽ thất vọng khi chúng ta gặp những nan đề, ngược lại nếu chúng ta có trái thánh linh của sự vui mừng thì chúng ta sẽ vui mừng ca ngợi Chúa trong mọi hoàn cảnh.

1 Tê-sô-lô-ni ca 5: 16-18 "Hãy vui mừng mãi mãi, 17 cầu nguyện không thôi, 18 phàm việc gì cũng phải tạ ơn Chúa; vì ý muốn của Đức Chúa Trời trong Đức Chúa Jêsus Christ đối với anh em là như vậy". Trái Thánh linh của sự vui mừng là vui mừng mãi mãi không thôi, cảm tạ Chúa trong mọi hoàn cảnh. Sự mui mừng là một trong những điều rõ ràng nhất trong các phạm trù mà chúng ta có thể đo lường và thử nghiệm đời sống tín đồ mà chúng ta đang lãnh đạo.

Trong hành trình theo Chúa không phải tất cả các Cơ Đốc nhân đều có được niềm vui trọn vẹn, có một số người họ bước đi với Chúa với một tấm lòng tràn đầy hạnh phúc, thỏa lòng, có được niềm vui mọi lúc mọi nơi, nhưng thành phần còn lại thì không nhận được sự vui mừng thật, chỉ vì họ nhờ sức của mình để vượt qua sự khó khăn. Họ thờ phượng Đức Chúa Trời, phục vụ, cầu nguyện, tham gia các mục vụ trong Hội Thánh những họ vẫn cảm thấy tấm lòng trống rỗng, trong một giây phút nào đó họ đối diện những nan đề thì họ dễ dàng đánh mất niềm vui thật mà vốn dĩ Đức Chúa Trời đã ban cho họ.

Thông thường nếu có một nan đề nào mà bạn không thể tự mình giải quyết được thì đến lúc bạn nên kiểm nghiệm lại niềm vui thật từ sâu thẳm trong tấm lòng của bạn. Những lúc như thế, bạn nên soi mặt mình trong gương, nhìn lại chính mình, nhìn lại những điều mình đã làm có thật sự khiến chúng ta có niềm vui hay không hay chỉ là làm chỉ ép buộc. Trên thực tế, chúng ta đã có được sự vui mừng thật, từ khi chúng ta tin nhận Chúa, bởi dòng huyết của Chúa Giê-su đã gánh hết mọi tội lỗi, ưu sầu, buồ đau trong cuộc đời nầy của chúng ta. Cuộc đời của chúng ta vốn dĩ là thuộc về hồ lửa đời đời trong hồ lửa địa ngục nhưng bởi huyết của Chúa Giê-su mà chúng ta được hưởng sự vui mừng thật, hạnh phúc, sự bình an.

Đoàn dân Y-sơ ra ên đã vượt qua biển đỏ như đi trên đất khô, và vượt qua sự dân Ai-cập truy đuổi, dân Y-sơ-ra-ên vui mừng đến dường nào? Những người phụ nữ Y-sơ ra ên họ tràn ngập niềm vui, ca hát, nhảy múa mọi lúc mọi nơi. Xuất 15: 19-20 "Vì ngựa của Pha-ra-ôn, binh xa, cùng lính kỵ người đã xuống biển; Và Đức Giê-hô-va đã vùi dập nước biển lên trên, Nhưng dân Y-sơ-ra-ên đi giữa biển như đi trên đất cạn. Nữ tiên tri Mi-ri-am, là chị của A-rôn, tay cầm trống cơm, các đàn bà đều đi ra theo người, cầm trống cơm và múa. 21 Mi-ri-am đáp lại rằng: Hãy ca tụng Đức Giê-hô-va, vì Ngài rất vinh hiển oai nghiêm; Ngài đã liệng xuống biển ngựa và người cỡi ngựa".

Một bài nhạc vui tươi, sinh động, không phải là bài nhạc luôn chỉ có những giai điệu rộn ràng, tiết tấu nhanh, nhưng cũng cần có thêm những dấu lặng, nốt trầm, đảo phách... để tạo ra một sự đối nghịch nào đó, nhằm làm nổi bậc chủ đề chính mà tác phẩm âm nhạc muốn thể hiện. Một cuộc đời "Vui mừng trong Chúa" của một con dân Chúa không chỉ là những niềm vui, mà cần phải có những giây phút đối diện và vượt qua những thử thách, những thăng trầm trong cuộc sống, và chính những điều đó làm cho cuộc đời của họ thêm giá trị, tình yêu Chúa càng thêm vững vàng.Tương tự như vậy, khi một người trở lại tin nhận Chúa Giê-su thì lòng của anh ta luôn cất tiếng hát trong mọi lúc mọi nơi, trong mọi hoàn cảnh, vì anh ta biết rằng mình đã được Chúa cứu, thậm chí gặp khó khăn, bắt bớ vì danh Chúa, anh ta vẫn luôn tràn đầy hạnh phúc, vui mừng vì anh ta biết một điều rằng, ngôi nhà thật của mình không phải là trần gian mà là Thiên Đàng.

Lý do tại sao trái vui mừng không hiện diện trước bông trái vui mừng

Tuy nhiên, trên thực tế nhiều con dân Chúa không giữ được bông trái của tình yêu thương, đức tin của họ thay đổi theo hoàn cảnh, theo cảm xúc, khi họ nhờ cậy Chúa thì lòng họ cảm thấy có mạnh mẽ nhưng khi họ không nhờ cậy Chúa, khi thử thách đến thì họ không có được niềm vui thật sự, trong hoàn cảnh đó, họ nhìn lên không thấy Đức Chúa Trời đâu mà chỉ thấy những nan đề. Cũng vậy, tuyển dân của Đức Chúa Trời là dân Y-sơ ra ên, khi Đức Chúa Trời cứu họ thoát khỏi Ai-cập, họ đã vượt qua biển đỏ, họ dâng lên những bài ca cho Đức Chúa Trời nhưng sau đó, sự vui mừng đó nhanh chóng biến mất khi họ đi trên sa mạc đầy nắng và gió, họ đã phàn nàn với Đức Chúa Trời, chống lại Ngài, chống lại Môi-se.

Tại sao dân Y-sơ-ra ên lại hành động như vậy? Tại vì đời sống xác thịt vẫn tồn tại trong tấm lòng của họ. Xác thịt ở đây có nghĩa là nói về lĩnh vữ thuộc linh, bản chất tự nhiên của con người, tính cách đều nghịch lại với Thánh Linh. Thánh Linh thuộc về Đức Chúa Trời là

Đấng sáng tạo, Thánh linh của Đức Chúa Trời mang trong mình sự thánh sạch, tinh khiết, đẹp đẽ và sẽ không bao giờ thay đổi, xác thịt là những điều thuộc về ma quỷ. Vì vậy, tội lỗi của xác thịt thì rõ ràng lắm, như là vô luật pháp, không công chính, ham muốn xác thịt. Hễ những ai mà lòng mình đầy dẫy những điều nầy thì họ sẽ đánh mất sự vui mừng thật, bởi vì họ không chịu thay đổi bản chất tự nhiên của con người họ, họ đã để cho ma quỷ kiểm soát tư tưởng và suy nghĩ của họ, lãnh đạo họ. Cho nên, họ đã mất niềm vui thật sự.

Sứ đồ Phao-lô đã bị đánh đập, bị bỏ tù khi rao giảng Tin Lành, chẳng có gì có thể làm cho Phao-lô sợ hãi, tuyệt vọng, năng quyền của sự cầu nguyện đã giúp Phao-lô đắc thắng mọi sự. Trong chuyến hành trình truyền giáo, có một trận động đất xảy ra kinh hoàng, Phao-lô cũng tận dụng mọi cơ hội để ra ra Phúc âm cho mọi người.

Phao-lô luôn luôn vui mừng trong mọi nghịch cảnh, ông diễn tả kinh nghiệm của mình trong Phi-líp 4: 4 -6 "Hãy vui mừng trong Chúa luôn luôn. Tôi lại còn nói nữa: hãy vui mừng đi. 5 Hãy cho mọi người đều biết nết nhu mì của anh em. Chúa đã gần rồi. 6 Chớ lo phiền chi hết, nhưng trong mọi sự hãy dùng lời cầu nguyện, nài xin, và sự tạ ơn mà trình các sự cầu xin của mình cho Đức Chúa Trời".

Khi nào bông trái vui mừng sanh ra sự chịu đựng?

Từ thời niên thiếu vua Đa-vít đã chiến đấu cho đất nước của mình. Lập được nhiều chiến công trong nhiều cuộc chiến. Khi vua Sau-lơ bị quỷ ám, vua Đa-vít đã giúp đỡ vua bằng cách chơi nhạc để giúp Sau-lơ an tịnh trong tâm hồn, vua Đa-vít luôn trung thành với vua Sau-lơ. Thế nhưng, Sau-lơ không những không biết ơn Đa-vít mà con đem lòng ghanh ghét Đa-vít, hận thù Đa-vít chi vì ghanh tị về những chiến công mà Đa-vít giành được qua những chiến tận cùng với kẻ thù. Hơn thế nữa, vua Đa-vít được mọi người yêu thích, quý trọng, cho nên vua Sau-lơ càng đem lòng ghen ghét Đa-vít. Sợ mất ngôi vua, sợ quân lính của Đa-vít sẽ giết mình, sợ mất ngôi vua cho nên Sau-lơ đã tìm cách triệt tiêu Đa-vít, trong hoàn cảnh như vậy đòi hỏi Đa-vít phải chạy trốn vua Sau-lơ, và sống trên đất khác quê người.

Vua Đa-vít đã đối diện những thử thách, những cái chết bất ngờ đến với mình, thậm chí để cứu sống bản thân mình tại đất khác, Đa-vít phải trở nên một người điên, giả vờ thành người điên, một người không biết gì. Còn bạn thì sao? Bạn cảm thấy như thế nào khi bạn rơi vào hoàn cảnh như Đa-vít? Bạn lo lắng hay tuyệt vọng? Đối diện hoàn cảnh như vậy Đa-vít vẫn giữ được sự vui mừng, không bao giờ buồn phiền hay bất an. Đa-vít phó thác đường lối mình, mạng sống của mình trong tay Đức Giê-hô-va. Chính vì vậy, ông đã sáng tác lên một bài Thánh ca bất hủ đó là Thiên Thiên thứ 23.

Thi Thiên 23: 1-6 "Đức Giê-hô-va là Đấng chăn giữ tôi; tôi sẽ chẳng thiếu thốn gì. Ngài khiến tôi an nghỉ nơi đồng cỏ xanh tươi Dẫn tôi đến mé nước bình tịnh. (a) Ngài bổ lại linh hồn tôi, Dẫn tôi vào các lối công bình, vì cớ danh Ngài. 4 Dầu khi tôi đi trong trũng bóng chết, Tôi sẽ chẳng sợ tai họa nào; vì Chúa ở cùng tôi: Cây trượng và cây gậy của Chúa an ủi tôi. 5 Chúa dọn bàn cho tôi Trước mặt kẻ thù nghịch tôi; Chúa xức dầu cho đầu tôi, Chén tôi đầy tràn. 6 Quả thật, trọn đời tôi Phước hạnh và sự thương xót sẽ theo tôi; Tôi sẽ ở trong nhà Đức Giê-hô-va Cho đến lâu dài".

Dầu gặp những chông gai, cay đắng của cuộc đời, hằng đối diện với sự chết, lòng của Đa-vít vẫn một lòng sắt son với Thượng Đế, tình yêu với Đức Chúa Trời hằng vững bền trong lòng ông. Chẳng có một yếu tố nào, hoàn cảnh nào có thể thay thế tình yêu của Đa-vít giành cho Đức Chúa Trời, thay thế niềm vui trong Chúa.

Qua cuộc đời của Vua Đa-vít, tôi đúc kết những bài học cho riêng bản thân tôi. Từ khi tôi tin Chúa đến bây giờ đã được bốn mươi năm, tôi chưa bao giờ đánh mất niềm vui trong cuộc đời theo Chúa, tôi cảm tạ Chúa trong mọi hoàn cảnh, cảm tạ Chúa khi thân thể tôi mang những bệnh tật, tôi bị bệnh suốt bảy năm, bởi đức tin nơi Đức Chúa Trời Ngài đã chữa lành bệnh cho tôi. Khi tôi tin Chúa ngay lập tức tôi đã trở thành một Cơ Đốc nhân, tôi tham gia phục vụ Chúa, làm công việc của Đức Chúa Trời trong nhà thờ vào những ngày Chúa nhật. Vốn dĩ tôi đã có một công việc ổn định và tốt nhưng tôi đã chọn làm một công việc lao động chân tay, công việc nặng nhọc để tôi có thể giữ được ngày Thánh của Chúa. Mỗi ngày tôi thức dậy vào bốn giờ sáng, tôi đọc Kinh Thánh, cầu nguyện, rồi tham gia cầu nguyện cùng mọi người. Sau đó tôi phải mất một giờ để đi đến xưởng làm việc. Tôi làm việc hầu như không có thời gian nghỉ ngơi, làm việc từ sáng cho đến tối. Qủa thật một công việc nặng và khổ cực. Tôi chưa bao giờ làm việc nặng trước khi tôi bị bệnh trong nhiều năm. Thật chẳng dễ dàng gì cho tôi.

Tôi làm việc từ 10h sáng cho đến 10h tối, về đến nhà 10h tối, tôi tắm rửa, dùng bữa tối, trước khi tôi đi ngủ tôi đọc Kinh Thánh và cầu nguyện. Vào thời điểm đó, gia đình tôi gặp khó khăn trong về đề tài chánh, tôi và vợ tôi cố gắng làm việc để trả số nợ hồi tôi bị bệnh. Mặc dù tôi và gia đình tôi đang đối diện với nan đề tài chánh, lo lắng về tài chánh nhưng lòng tôi vẫn tràn đầy niềm vui trong tâm hồn, tôi tận dụng cơ hội để giảng Tin Lành mọi lúc mọi nơi mà tôi đi, tất cả mọi người mà tôi gặp. Tôi sẽ nói rằng; Chúa là Đức Chúa Trời hằng sống, tôi đang chờ đợi Ngài, chờ đợi sự chữa lành từ Ngài, và quý vị biết không, tôi đã được Đức Chúa Trời chữa lành bệnh của tôi.

Qủa thật mà nói trong thời điểm phải đối diện với nan đề tài chánh, đó là một khó khăn và thử thách lớn nhưng tôi vẫn hằng cảm tạ Chúa vì sự cứu chuộc của Ngài, vì sự ban cho của Ngài. Lòng tôi đầy sự vui mừng, hy vọng. Sau khi tôi được kêu gọi để trở thành đầy tớ của Ngài, tôi đã chịu nhiều sự bất công, gian khổ mà nhiều người đàn ông khác thật sự không chịu nổi. Vâng, quả thật như vậy, niềm vui và lòng biết ơn sẽ không bao giờ qua đi.

Làm sao tôi có thể làm được điều đó? Lòng biết ơn của tôi đối với Đức Chúa Trời mỗi ngày mỗi sâu nhiệm, tôi dâng lên cho Chúa những điều tôi tìm kiếm, dâng lên cho Chúa những lời cầu nguyện và cảm tạ Chúa những điều mà Ngài ban cho tôi. Tôi vui mừng trong sự cảm tạ Đức Chúa Trời. Tôi phục vụ Chúa trong sự vui mừng. Tôi cũng cảm ơn Chúa cho tôi có những người bạn, người đồng lao trong Hội Thánh, bởi đó mà tôi có cơ hội phục vụ Chúa khắp mọi nơi, không chỉ tại hàn quốc mà còn tại nước ngoài, nơi mà Đức Chúa Trời sai phái tôi đi. Cả cuộc đời tôi luôn ca ngợi Chúa những phước lành mà Ngài ban cho tôi, tôi chưa bao giờ nói ra những lời phàn nàn hay than phiền khi tôi gặp những thử thách, ngay giờ nầy đây tôi hạnh phúc hơn bao giờ hết.

Nếu bạn muốn kết quả trong sự vui mừng

Trước hết hãy cắt bỏ đời sống xác thịt

Nếu chúng ta không có lòng ghen tị hoặc lòng ghen tuông, thì chúng ta sẽ như những người khác được ca ngợi và được phước, cùng thông công với anh em nhưng ngược lại điều đó, nếu chúng ta không cắt bỏ đời sống xác thịt thì chúng ta sẽ sống một đời sống ghen tuông, tranh cạnh với sự thịnh vượng của người, sự thông minh của anh em mình. Chúng ta sẽ khó chịu khi gặp gỡ họ, mất niềm vui, chán nản khi thấy người khác hơn mình về mọi thứ, dường như cảm giác mình đang bị hạ thấp mà người khác đang được tôn cao.

Ngoài ra, nếu chúng ta không có giận dữ hoặc oán giận, chúng ta sẽ có được sự bình an ngay cả khi chúng ta bị đối xử thô bạo hoặc thiệt hại.Nhưng chúng ta trở nên giận dữ và thất vọng khi chúng ta đặt để đời sống xác thịt kiểm soát chúng ta. Đời sống xác thịt khiến chúng ta có một đời sống tâm linh khô khan, nhàm chán, mất sức sống. Chúng ta chỉ biết tìm kiếm lợi ích riêng cho bản thân, và cảm thấy hụt hẫng khi cuộc đời mình phải chịu sự đau khổ hơn người khác.

Hoàn cảnh bủa vây làm cho chúng ta khó khăn trong việc nhờ cậy Đức Chúa Trời, trông cậy Đức Chúa Trời, nhưng những người trông cậy Đức Chúa Trời sẽ ca ngợi Chúa, vui mừng dù không có gì. Vì những người trông cậy Đức Chúa Trời họ có được lời hứa của Đức Chúa Trời, Ngài sẽ ban cho chúng ta đầy đủ những nhu cầu chúng ta cần. Ma-thi-ơ 6: 31-33 "31 Ấy vậy, các ngươi chớ lo lắng mà nói rằng: Chúng ta sẽ ăn gì? Uống gì? Mặc gì? 32 Vì mọi điều đó, các dân ngoại vẫn thường tìm, và Cha các ngươi ở trên trời vốn biết các ngươi cần dùng những điều đó rồi. 33 Nhưng trước hết, hãy tìm kiếm nước Đức Chúa Trời và sự công bình của Ngài, thì Ngài sẽ cho thêm các ngươi mọi điều ấy nữa".

Tại sao chúng ta lại có đời sống khô khăn như vậy, bởi vì chúng ta đang mang một đời sống xác thịt, chính vì lẽ đó chúng đã để sa tan và ma quỷ điều khiển đời sống của chúng ta, nó tạo ra những vấn đề, hoàn cảnh khó khăn khiến chúng ta mất niềm vui. Khó khăn đến, nghịch cảnh bủa vây làm cho chúng ta khó khăn trong việc nhờ cậy Chúa.

Hễ ai có đức tin thật sự thì sẽ phó thác đường lối, cuộc đời mình trong tay Đức Chúa Trời, họ sẽ dùng lời ca ngợi và cầu nguyện để nhận được quyền năng của Đức Chúa Trời. Họ sẽ tìm kiếm Đức Chúa Trời trước hết trong mọi sự, và họ sẽ nhận được mọi sự họ tìm kiếm và cầu xin. Nhưng người nào mà chưa kinh nghiệm sự trông cậy Đức Chúa Trời thì sẽ không có được sự bình tịnh trong tâm hồn. Các nhà doanh nghiệp cũng vậy, nếu họ biết tìm kiếm Chúa, nhờ cậy Chúa, lắng nghe tiếng Đức Chúa Trời phán cho họ thì họ sẽ được Chúa hướng dẫn trong mọi lối đi, đời sống sẽ tràn đầy niềm vui.

Còn những người làm theo ý mình, không lắng nghe tiếng Chúa thì tấm lòng họ như sỏi đá, tâm linh cằn cỗi, thiếu sức sống. Tóm lại lý do khiến chúng ta không có được niềm vui mỗi ngày với Đức Chúa Trời là vì chúng ta đang sống trong xác thịt, tâm trí chúng ta bị điều khiển bởi tư dục và ma quỷ. Vậy thì để chúng ta có được một đời sống tràn đầy niềm vui, những điều tốt đẹp sẽ đến với chúng ta thì chúng ta phải loại bỏ đời sống xác thịt trong tấm lòng, trong tâm trí của chúng ta.

Thứ hai, trong mọi điều chúng ta phải làm theo sự hướng dẫn của Đức Thánh Linh

Sự vui mừng mà chúng ta đang tìm kiếm không phải là niềm vui của thế gian đem đến, mà là sự vui mừng từ Đức Thánh Linh. Lòng chúng ta đầy sự vui mừng khi có Đức Thánh Linh ở cùng, khi chúng ta thờ phượng Đức Chúa Trời với một tấm lòng kính kiến, hết lòng, hết trí, hết sức lực thì chúng ta sẽ có được sự vui mừng, cuộc đời của chúng ta là những bài ca dâng lên cho Đức Chúa Trời, lòng chúng ta khát khao học lời Chúa. Bên cạnh đó, nếu chúng ta nhận thấy sự yếu đuối của bản thân, chúng ta cần Ngài, chúng ta cần năng lực từ Ngài, thì chúng ta sẽ hạnh phúc dường nào. Đời sống chúng ta đã được biến đổi, con người cũ không còn hiện diện trên đời sống chúng ta thay vào đó là những con người mới hoàn toàn, một con người dám sống cho Đức Chúa Trời, và chẳng có ai có thể lấy đi niềm vui mới của chúng ta với Chúa.

Đức Chúa Trời ban cho chúng ta sự tự do. Vì vậy, chúng ta có thể tự do lựa chọn lối sống cho bản thân mình. Sống làm theo Thánh Linh hay làm theo xác thịt là tùy vào sự lựa chọn của chúng ta. Chúng ta sẽ có được niềm vui trọn vẹn khi có Đức Thánh Linh ở cùng, 3 Giăng 1:4 "Tôi nghe con cái tôi làm theo lẽ thật, thì không còn có sự gì vui mừng hơn nữa".

Ví dụ, nếu chúng ta khát khao tìm kiếm lợi ích cho bản thân mình và người khác cũng sống cho bản thân mình thì hai bên sẽ dẫn đến va chạm với nhau, xung đột xảy ra, chúng ta sẽ đánh mất niềm vui, chúng ta cố gắng tìm kiếm những điều chúng ta muốn thì chúng ta sẽ không có được bông trái của sự vui mừng. Sự vui mừng thật sự khi có trái của Thánh Linh trong tấm lòng.

Có một câu chuyện kể về hai anh em trai. Người anh đầu không chịu dọn dẹp thức ăn thừa, chén, bát, đĩa sau khi ăn xong. Còn người em thì lúc nào cũng làm hết nhiệm vụ đó. Một ngày nọ khi người anh đã ăn xong và đã rời khỏ bàn an, người em đến và nói với người anh rằng; anh phải dọn dẹp, lau bàn và rửa chén, bát đĩa mà anh vừa mới ăn xong, "Em có thể rửa giúp anh mà" người anh đáp với thái độ chẳng lịch sử và đi thẳng vào phòng của mình. Người em thì chẳng thích cách cách ứng xử của anh trai mình chút nào.

Tại đây cho chúng ta một cái nhìn thực tế, nếu bạn chiều theo tư dục, chiều theo xác thịt thì bạn sẽ gặt hái những buồn phiền, sầu não, tâm hồn bạn sẽ khô héo dần, nhưng chúng ta sẽ nhận được niềm vui thật sự khi chúng chúng ta phục vụ anh em một theo Thánh Linh.

Người em biết rằng anh trai của mình không có thói quen rửa bát đĩa của mình sau khi ăn. Vì vậy, người em vẫn vui mừng khi được làm việc giúp anh trai của mình. Trong hoàn cảnh nầy chúng ta sẽ nghĩ rằng người em trai trẻ tuổi nầy luôn luôn phải rửa chén, bát, đĩa, còn người anh thì sẽ không làm điều đó. Nhưng nếu chúng ta nhu mì, khiêm nhường thì Đức Chúa Trời là Đấng sẽ thay đổi mọi thứ. Đức Chúa Trời sẽ thay đổi tấm lòng của người anh, Chúa có cách của Ngài, khi Đức Chúa Trời làm việc trong lòng của người anh nầy, người anh sẽ có suy nghĩ, mình nên xin lỗi em trai vì đã để cho em rửa chén, bát, suốt thời gian qua, từ nay về sau anh sẽ làm mọi việc, kể cả phần của em.

Có một nguyên tắc áp dụng cho mọi vấn đề. Khi bạn đánh giá người khác theo tiêu chuẩn riêng của bạn, bạn sẽ không hiểu họ nhưng nếu bạn đánh giá theo tiêu chuẩn khách quan, hiểu người khác, thông cảm cho họ thì bạn sẽ lấy được lòng họ. Khi bạn gặp một người mình không thích bạn có phản ứng như thế nào? Bạn có ghét họ hoặc nở nụ cười với họ. Trong 1 Cô-rinh tô 15: 31 "Hỡi anh em, tôi chết hằng ngày, thật cũng như anh em là sự vinh hiển cho tôi trong Đức Chúa Jêsus Christ, là Chúa chúng ta". Chúng ta sẽ kinh nghiệm được sự bình an, niềm vui mọi lúc mọi nơi khi có Đức Chúa Trời ở cùng.

Giả sử bạn nhận được một lời thỉnh cầu từ một người lãnh đạo Hội Thánh đến thăm viếng một thành viên của Hội Thánh người mà không đi đến nhà thờ vào ngày Chúa nhật hoặc bạn được yêu cầu để chia sẻ Phúc âm vào những ngày nghỉ. Ngay lập tức trong suy nghĩ của bạn, bạn muốn nghỉ ngơi. Tâm trí bạn lúc nầy đang tranh đấu dữ dội, một là muốn làm việc công việc Chúa, hai là muốn nghỉ ngơi, ngủ nghỉ để phục hồi lại sức khỏe sau những ngày làm việc mệt nhọc. Bạn tự do trong sự lựa chọn, bạn có thể chọn nghỉ ngơi hoặc chọn làm công việc Chúa trong niềm vui. Bạn sẽ đầy dẫy Đức Thánh Linh và sự vui mừng trong mọi hoàn cảnh khi bạn dâng trọn thời gian, công việc của bạn cho Chúa. Bạn khát khao Đức Thánh Linh hiện diện trong bạn, hướng dẫn bạn trong mọi việc làm, một khi bạn khao khát Đức Thánh Linh. Như vậy thì bạn sẽ không cô đơn, bạn sẽ sanh ra bông trái vui mừng trong con người của bạn, bạn, bạn sẽ sống một đời sống làm vinh hiển danh Chúa, chiếu sáng mặt Ngài qua đời sống của bạn.

Thứ ba, chúng ta phải gieo hạt giống của sự vui mừng và hằng tạ ơn Chúa trong mọi sự

Đối với một người nông dân trồng trọt, muốn gặt hái kết quả thì người nông dân phải gieo hạt và chăm sóc. Chúng ta cũng vậy, để kết trai của sự vui mừng thì chúng ta phải luôn tạ ơn và dâng lên lời cảm tạ cho Đức Chúa Trời. Nếu chúng ta là con cái của Đức Chúa Trời thì chúng ta sẽ có đức tin ở nơi Ngài. Thứ nhất, chúng tạ ơn Chúa vì sự cứu chuộc của Ngài dành cho chúng ta, đó là phước lớn nhất chúng ta có được, chẳng có gì có thể thay thế điều đó, Chúa là Đức Chúa Trời nhân từ, Ngài gìn giữ, bảo vệ con cái của Ngài, và trả lời bất cứ điều gì chúng ta cầu xin. Vậy thì, chúng ta có hạnh phúc không? Nếu chúng ta trung tín giữ ngày Thánh nhật và trung tín dâng một phần mười thì chúng ta sẽ được bình an cả năm. Nếu chúng ta không phạm tội và trung tín giữ các điều răn của Đức Chúa Trời thì, trung tín trong mọi sự thì chúng ta sẽ luôn luôn được Đức Chúa Trời ban phước.

Khi chúng ta gặp khó khăn, gặp hoạn nạn, không còn lối thoát nào cho chúng ta, thì lúc đó chúng ta hãy nhớ rằng, chúng ta còn có lời của Đức Chúa Trời là Kinh Thánh, Kinh Thánh sẽ giúp chúng ta giải quyết mọi nan đề trong cuộc sống. Nếu những nan đề chúng ta gặp phải là do việc làm sai trái của chúng ta, do chúng ta phạm tội thì chúng ta phải ăn năn xưng tội mình ra với Đức Chúa Trời, thì Ngài Đức Chúa Trời là Đấng nhân từ, yêu thương hay thương xót Ngài sẽ tha thứ mọi tội lỗi của chúng ta. Qua đó, những phước lành của Đức Chúa Trời sẽ tuôn đổ trên đời sống của chúng ta.

Chúng ta phải vui mừng và cảm tạ Chúa mọi lúc mọi nơi, trong mọi hoàn cảnh. Khi chúng ta nhìn lại cuộc đời mình, thật, chúng ta không xứng đáng với tình yêu cao cả mà Đức Chúa Trời dành cho chúng ta, Nguyện lòng nầy một lòng sắc son trung tín với Ngài, và chúng ta sẽ nói như vua Đa-vít rằng; khi tôi đi trong trũng bóng chết tôi chẳng sợ tai họa nào vì Đức Chúa Trời ở cùng tôi, đời sống của chúng ta sẽ sanh bông trái của sự vui mừng.

Sanh bông trái vui mừng trong nghịch cảnh

Mặc dù chúng ta có được bông trái của sự vui mừng trong tấm lòng của chúng ta nhưng chúng ta vẫn cảm thấy đau khổ, buồn thảm và đó là chưa phải là bông trái thật sự. Để có được sự vui mừng thật sự. Trước hết, chúng ta phải có thái độ ăn năn, sám hối một cách thật lòng. Tấm lòng của chúng ta đầy tội lỗi, sự dối trá, hận thù, đầy những nan đề. Bên cạnh đó, lòng yêu thích thế gian, đó là nguyên nhân khiến chúng ta không có được sự vui mừng, Cho nên, chúng ta ăn năn, than khóc với Chúa. Kêu cầu Chúa, khẩn nguyện với Chúa một cách hết lòng. Ngài nhìn thấy tấm lòng của chúng ta, Ngài sẽ tha thứ mọi tội lỗi của chúng ta, chúng ta sẽ nhận được niềm vui. Một sức sống mới tràn ngập trong chúng ta, chúng ta đầy dẫy sự vui, bình an, hy vọng.

Nhưng than khóc về tội lỗi thì khác biệt với than khóc về sự đau đớn bởi nguyên nhân là do thiên tai, thảm họa gây ra. Thậm chí bạn buồn thảm, sầu não, khóc lóc đến dường nào, điều đó có nghĩa là bạn đang xúc động, cảm xúc của bạn đang dâng trào bởi xác thịt của bạn. Bạn có thể xúc động trước một hoàn cảnh nào đó, đó là cảm xúc tạm thời. Nếu bạn chạy trốn tội lỗi, chạy trốn với nan đề của bản thân, sợ trừng phạt, và không dám đối diện tội lỗi của mình, bạn không thể có được sự vui mừng, và bạn cũng không cảm thấy mình được tha tha thứ. Nếu bạn có một thái độ ăn năn thật, than khóc về tội lỗi của mình, ghê tởm những tội lỗi của mình, kêu cầu, khóc lóc với Đức Chúa Trời, và ăn năn và từ bỏ tội lỗi thì Chúa sẽ tha thứ tội lỗi của bạn. Chỉ có như vậy bạn mới nhận được bông trái của sự vui mừng.

Thứ hai, tội lỗi bạn được tha, bạn trở nên một con người mới, bạn tràn đầy sức sống, tràn đầy hy vọng, tâm linh của bạn biết trông cậy Chúa, thánh linh bên trọng bạn, thúc giục bạn sống cho Phúc âm, nóng cháy, bạn than khóc, cầu nguyện, nài xin Chúa hãy cứu những linh hồn đang hư mất, bạn cầu nguyện cho nước Thiên Đàng mau đến. Lòng bạn khát khao quyền năng Chúa và mở mang vương quốc của Đức Chúa Trời. Nếu bạn có một tấm lòng khát khao Thánh Linh như vậy thì bạn luôn có sự vui mừng thật, bạn sẽ không đánh mất niềm tin, sự tạ ơn, sức mạnh và niềm hạnh phúc.

Cách đây nhiều năm, Đức Chúa Trời đã cho tôi thấy một ngôi nhà trên Thiên đàng, ngôi nhà nầy được trang trí những viên đá quý, trang trí bằng vàng, và cũng được trang trí bằng đá cẩm thạch, ngôi nhà cũng được trang trí những viên ngọc trai lóng lánh, tinh khiết, ngôi nhà nầy là ngôi nhà của một người phụ nữ có một đời sống cầu nguyện cho vương quốc của Ngài và cầu nguyện cho Hội Thánh với thái độ than khóc, cô ấy đã cầu nguyện với Đức Chúa Trời về những linh hồn hư mất, cầu nguyện xin Chúa gìn giữ hội Thánh. Đó là phần thưởng của cô ta ở trên Thiên Đàng.

Hãy luôn sống tích cực và có một tấm lòng nhân từ

Khi Đức Chúa Trời tạo dựng A-đam, Ngài ban cho A-đam sự vui mừng thật trong tấm lòng của A-đam. Nghĩa là A-đam là vật thọ tạo đầu tiên của Đức Chúa Trời, và cũng là tổ phụ của nhân loại, A-đam sống bởi Thánh Linh, không phải như con người xác thịt như chúng ta. Vì vậy A-đam chẳng có được bất cứ yếu tố nào về niềm vui của con người. Cụ thể là; A-đam không có một khái niệm tương đối nào để nhận ra giá trị thật của sự vui mừng. Chỉ có người bệnh họ mới hiểu được giá trị của sức khỏe là quan trọng dường nào? Chỉ có người nghèo đích thực mới hiểu được giá trị đích thực của một đời sống giàu có.

A-đam chưa bao giờ kinh được sự đau đớn, và cũng không thể nhận ra hạnh phúc là như thế nào trong thời đại của anh ta đang đang sống. A-đam chỉ có thể vui hưởng sự sống đời đời, cuộc sống giàu có tại vườn địa đàng, A-đam không cảm nhận được sự vui mừng thật trong tấm lòng của mình. Nhưng sau khi A-đam bất tuân mệnh lệnh của Đức Chúa Trời và A-đam đã ăn trái cấm, trái có thể phân biệt điều thiện và điều ác, ngay tức thì A-đam đã trở nên người xác thịt, A-đam đã đánh mất niềm vui mà Đức Chúa Trời ban cho mình. A-đam phải chịu nhiều đau khổ, tấm lòng sầu não, buồn thảm, sự cô đơn, oán hận, những cảm giác khó chịu và lo lắng.

Bởi vì tổ phụ chúng ta là A-đam và Ê-va đã phạm tội, từ đó tội lỗi đa di truyền qua các thế hệ của loài người, tội lỗi khiến đời sống chúng ta cằn cỗi, mất đi sự tương giao với Đức Chúa Trời, mất đi mối liên hệ với Đức Chúa Trời, tội lỗi đem đến cho con người đầy sự đau đớn, và buồn thảm. Vậy làm thế nào để con người phục hồi lại sự vui mừng mà A-đam đã đánh mất? Để làm được điều này chúng ta phải từ bỏ đời sống xác thịt, sống theo sự hướng dẫn của Đức Thánh Linh mọi lúc mọi nơi, và gieo hạt giống của sự vui mừng, tạ ơn Chúa trong mọi sự. Không những vậy, nếu chúng ta có một thái độ tích cực, theo đuổi sự tốt lành thì chúng ta sẽ sanh bông trái vui mừng. Sự vui mừng thật sẽ không bao giờ thay đổi khi chúng ta có Đức Thánh Linh đi cùng. Vậy, làm thế nào chúng ta có thể tỏ bày sự vui mừng đó cho tất cả mọi người khi chúng ta còn hiện diện trên đời nầy? Hãy xem lời Chúa trong Lu-ca 17: 21 "và người ta sẽ không nói: Ở đây, hay là: Ở đó; vì nầy, nước Đức Chúa Trời ở trong(r) các ngươi". Tôi hy vọng bạn sẽ nhanh chóng có được bông trái của sự vui mừng và tận hưởng đời sống Thiên đàng ở trên đất. Hê-bê-rơ 12: 14 "Hãy cầu sự bình an với mọi người, cùng tìm theo sự nên thánh, vì nếu không nên thánh thì chẳng ai được thấy Đức Chúa Trời".

Hê-bê-rơ 12: 14

"Hãy cầu sự bình an với mọi người, cùng tìm theo sự nên thánh, vì nếu không nên thánh thì chẳng ai được thấy Đức Chúa Trời".

Không có luật nào cấm các sự đó

CHƯƠNG 4

BÌNH AN

Bông trái bình an
Để được kết trái bình an
Tầm quan trọng của những lời nói tốt lành
Thấu hiểu người khác
Bình an thật
Những phước lành cho người kiến tạo sự bình an

BÌNH AN

Những hạt muối li ti nhỏ nhắn xinh xắn chúng ta không thể nhìn thấy được nhưng khi các hạt muối đó chúng kết tinh lại với nhau, chúng trở thành những tinh khối thể rất đẹp. Chỉ cần chúng ta bỏ một lượng nhỏ của muối thì chúng có thể hòa tan trong nước và thay đổi toàn bộ hình dạng cấu trúc của nước. Cho nên, muối là một thành phần gia vị không thể thiếu trong nấu ăn. Các yếu tố vi lượng của muối, chỉ cần một lượng rất nhỏ cũng rất cần thiết trong cuộc sống của chúng ta.

Như chúng ta đã biết chức năng của muối trong đời sống của con người, chúng ta cần muối trong nấu ăn, cần muối trong sự bảo trì thức ăn khỏi bị thối rữa, cần muối trong mọi lĩnh vực. Đức Chúa Trời muốn chúng ta hãy trở nên như muối, sống biết hy sinh cho người khác, giúp người khác nhận biết Chúa, sống thánh khiết, đem đến tình yêu của Thiên Chúa cho mọi người, hãy trở nên hữu dụng như muối, tinh khiết như muối. Chúng ta hãy nhìn xem bông trái của sự bình an và trái Thánh Linh.

Bông trái của sự bình an

Cơ Đốc nhân họ là người tin Chúa, nhiều lúc chính họ cũng không thể mang đến sự bình an cho người khác khi họ vẫn còn sống ích kỷ, sống cho cái tôi. Đôi khi trong các cuộc đàm thoại hay giao tiếp, nếu họ nghĩ ý kiến của mình đúng thì họ cho ý kiến, quan điểm của người khác là sai. Thậm chí trong các cuộc bầu chọn, bỏ phiếu, họ được bầu chọn nhiều hơn người khác nhưng họ vẫn phàn nàn, than phiền về sự quyết định của người khác. Hơn thế nữa, họ chuyên nói hành người khác, đoán xét người khác, họ không nhìn thấy điểm tốt của người mà chỉ thấy những điểm xấu của người khác. Họ ngồi lê đôi mách, bàn tán, miệng nói những lời gian tà.

Khi chúng ta kết thân với những người như vậy, bạn bè với họ cảm giác là chúng ta đang ngôi trên đống gai và chẳng thấy có sự bình an. Nơi nào sự bình an bị đỡ vỡ thì nơi đó sẽ có muôn vàn vấn đề, sự xung đột, và những khó khăn, thử thách. Nếu một quốc gia chẳng có sự bình an, trong một gia đình không có sự bình an, công xưởng, trường học, cơ quan, Hội Thánh hoặc bất cứ một nhóm người nào, một tổ chức nào không có sự bình an thì những điều tốt, những phước lành không đến với họ thay vào đó là những nan đề bủa vây họ.

Trong một vở kịch cũng vậy, nam anh hùng hoặc là nữ anh hùng điều có một vai trò quan trọng riêng biệt, trong một công ty cũng vậy, mỗi nhân viên đều có một vai trò khác nhau, tầm quan trọng khác nhau. Trong tất cả các tổ chức cũng như vậy, có những con người bình thường và làm những công việc bình thường, khi những con người đó làm việc hết mình, hoàn thành trách nhiệm được giao phó thì họ sẽ được giao cho một vai trò lớn hơn, công việc lớn hơn. Mỗi một người trong một tổ chức đều có một vai trò riêng biệt và quan trọng như nhau, chính điều đó tạo nên một quần thể sinh động trong một tổ chức. Bất kỳ anh ta hay cô ta, hễ giúp đỡ người khác cùng làm việc, cùng tăng trưởng thì mọi công việc sẽ được hoàn thành tốt.

Rô- ma 12: 18 "Nếu có thể được, thì hãy hết sức mình mà hòa thuận với mọi người". Trong câu nầy ý muốn nói với chúng ta rằng; "Bình an" nghĩa là chúng ta hãy chấp nhận quan điểm, ý kiến của người khác, mặc dù quan điểm, ý kiến của chúng ta đúng.

Chúng ta đem đến cho mọi người sự thoải mái, không áp lực, chúng ta sống và đánh giá sự việc dựa vào tiêu chuẩn của Kinh Thánh, không chấp nhận những việc giả dối, trục lợi và không thiên vị bất cứ ai. Không canh trạnh, không xung đột hay mâu thuẫn ý kiến của người khác, không áp đặt quan điểm của mình trên người, không cho ý kiến của mình là đúng, nghĩa là chúng ta không tranh cãi để chúng ta có được sự bình an. Chúng ta con cái của Đức Chúa Trời thì chúng ta không những phải duy trì sự bình an trong mối quan hệ giữa chồng và vợ, cha mẹ với con cái anh chị em, người lân hàng xóm, bà con, chú bác mà còn duy trì sự bình an với tất cả mọi người. Duy trì sự bình an không phải chúng ta chỉ tôn trọng và yêu thương mọi người mà chúng yêu thương còn những người chúng ta ghét thì chúng ta đem đến cho họ sự khó khăn. Tình yêu chân thật không phải như vậy, trong tình yêu thật không có sự phân biệt.

Đây là điểm mấu chốt trong các mối quan hệ, là yếu tố quan trọng để có được sự an bình an với anh em trong Hội Thánh. Đức Chúa Trời ban cho chúng ta sự bình an, vì vậy Ngài yêu thích chúng ta sanh ra bông trái bình an, hễ khi chúng ta yêu thương nhau, đem đến sự bình an cho nhau thì Sa-tan sẽ không có cơ hội để kiện cáo chúng ta. Nhưng khi chúng ta đánh mất sự bình an thì Sa-ta sẽ kiện cáo chúng ta trước mặt Đức Chúa Trời. Kết quả là chúng ta chùn bước trong các mục vụ mà Ngài giao phó cho chúng ta, chúng ta cũng không vui mừng khi tôn thờ Chúa, ca ngợi Ngài vì chúng ta chẳng có sự bình an ở cùng.

Trong Sáng thế ký 26, Kinh Thánh cho chúng ta thấy được Y-sác đã duy trì sự hòa bình với tất cả mọi người dù ở bất cứ hoàn cảnh và thử thách nào.

Một cơn đói kém đã xảy ra tại nơi Y-sác cư ngụ, ông đi đến vua A-bi-mê léc, vua Phi-li-tin, tại Ghê-ra là nơi dân Phi-li-tin đang sinh sống. Định cư tại đây, Y-sác gieo hột giống trong xứ đó, năm ấy gặt được bội phân trăm, vì Đức Giê-hô-va đã ban phước cho. Bởi sự ghen tuông, ghanh tị với Y-sác nên dân Phi-li-tin đã chiếm lấy những giếng nước và lấp lại đất mà Y-sác đã đào. Với cái nắng gay gắt của mùa hè tại đây, lại cũng chẳng có mưa, để tìm được nước vô cùng khó khăn. Tuy nhiên, Y-sác bỏ chốn nầy đi để đóng trại tại trũng Ghê-ra và ở đó, Mặc dù dân Phi-li-tin luôn gây phiền lòng cho Y-sác, tìm cách chống lại ông, gây khó khăn cho Y-sác nhưng Y-sác không bao giờ phản đối lại họ và Y-sác âm thầm tìm đến nơi khác để cư ngụ.

Đào được một giếng tốt thì người khác đến chiếm lấy, Y-sác lại tìm chỗ khác để đào, rồi lại bị cướp lấy, cứ như thế, sự việc cứ liên tục xảy ra nhiều lần.

Mặc dù Y-sác bị người khác ghanh ghét, gây khó khăn nhưng Y-sác vẫn đối xử nhân từ với họ, Y-sác được Đức Chúa Trời ban phước trong mọi lúc mọi nơi, dẫu đi bất cứ đâu đều được Đức Chúa Trời ban phước.

Dân Phi-li-tin đã nhìn thấy rõ ràng Đức Giê-hô-va phù hộ cho Y-sác và luôn ở cùng ông. Cho nên dân Phi-li-tin không gây gỗ với Y-sác nữa, ngược lại Y-sác lập lời thề với họ. Dù họ đối xử với Y-sác không công bình nhưng Y-sác vẫn đối xử với họ một cách nhân từ. Chính vì lý do đó cuộc đời của Y-sác sanh ra bông trái của sự bình an.

Nếu chúng ta muốn sanh ra bông trái của sự bình an giống như Y-sác đã làm thì chúng ta hãy dâng trọn cuộc đời mình cho Đức Chúa Trời và giao phó cho Ngài mọi điều thì chúng ta mới có thể thịnh vượng trong mọi sự. Bây giờ, các bạn có muốn nhận được bông trái của sự bình an không? Chúng ta phải làm thế nào để nhận được điều đó?

Để được bông trái bình an

Thứ nhất, chúng ta phải có sự bình an trong Chúa:
Đức Chúa Trời là Đấng bình an và ban bình an, Sáng thế ký 3: 8 "Lối chiều, nghe tiếng Giê-hô-va Đức Chúa Trời đi ngang qua vườn, A-đam và vợ ẩn mình giữa bụi cây, để tránh mặt Giê-hô-va Đức Chúa Trời. Khi chúng ta còn mang danh là con người cũ và cũng là là con người tội nhân, chúng ta xa cách Đức Chúa Trời, mất mối

tương giao với Đức Chúa Trời. Bây giờ, chúng ta đã được đến gần Chúa và tương giao với Ngài, nhờ chính huyết của Chúa Giê-su đã tuôn đổ trên cây thập tự, chúng ta được cứu rỗi, và trở nên con cái của Ngài. Sự sống lại của Ngài đã đắc thắng sự chết, đắc thắng tội lỗi. Chúng ta sống trong sự thật, sống bước theo Đức Thánh Linh, sống bình an. Tuy nhiên, chúng ta muốn có được một đời sống hoàn hảo, bình an thì chúng ta phải từ bỏ tội lỗi, suy nghĩ xấu xa và hãy biết sống hy sinh.

Để có được một đời sống hoàn hảo, một đức tin vững mạnh, vui mừng thật không dễ dàng, chúng ta phải thực hành điều đó mỗi ngày, bước đi với Chúa mỗi ngày, kinh nghiệm Chúa trong mọi hoàn cảnh. Khi chúng ta hành động thì Đức Chúa Trời cũng hành động, nhờ ơn Chúa, sống bởi đức tin. Nếu chúng ta muốn có được sự bình an với mọi người thì trước nhất chúng ta phải tìm kiếm Chúa. Chúng ta phải có sự bình an trong gia đình, bình an với con cái, tình bạn, những đồng nghiệp. Chúng ta đừng bao giờ làm điều gì trái với công lý của Chúa, sự công bình cuả Ngài. Cụ thể là, chúng ta phải luôn có bình an của Chúa chứ không bình an của con người ban cho.

Trên thực tế, có những người đã tin Chúa nhưng gia đình họ chưa tin, vợ con họ chưa tin, họ muốn làm hài lòng những người thân trong gia đình, muốn có được sự bình an với gia đình thì họ có thể làm những việc mà các thành viên trong gia đình của mình hay làm, ví dụ như là cúi lạy hình tượng, vi phạm ngày Chúa nhật, điều gì xảy ra nếu chúng ta cúi lạy thần tượng và vi phạm ngày Thánh của Đức Chúa Trời? Trong giây phút nào đó chúng ta chỉ có được một chút sự bình an, thực tế thì chúng ta đã phạm tội và đánh mất sự bình an trong Chúa, chúng ta không thể để tội làm bước tường ngăn cách chúng ta với Đức Chúa Trời.

Chúng ta không thể phạm tội chỉ vì muốn có được bình an với

mọi người. Hơn thế nữa, chúng ta cũng đã vi phạm vào luật lệ của Chúa, thay vì chúng ta thờ phượng Đức Chúa Trời vào ngày chúa nhật thì chúng ta lại đi dự đám cưới của một anh em, người thân trong gia đình mình, hoặc bạn bè, điều đó là chúng ta đã phạm tội với Đức Chúa Trời. Cuối cùng, dù chúng ta cố gắng sống để đẹp lòng người thân trong gia đình, anh em, bạn bè thì chúng ta vẫn không có được sự bình an với họ.

Chúng ta không thể phạm tội chỉ vì để có được sự hòa bình với người khác. Ngoài ra, nếu chúng ta vi phạm Ngày của Chúa để tham dự đám cưới của một người trong gia đình hoặc bạn bè, thì đó là phá vỡ hòa bình với Thiên Chúa, và sau cùng, chúng ta cũng không thể có hòa bình đích thực với những người đó.

Trước hết, chúng ta muốn có được sự bình an thật với con người thì chúng ta phải sống đẹp lòng Đức Chúa Trời. Đức Chúa Trời sẽ ban cho chúng ta quyền năng, thay đổi con người cũ, thây đổi tâm trí chúng ta, con người tội lỗi nầy sẽ không còn hiện diện trong ta, Châm ngôn 16: 7 "Khi tánh hạnh của người nào đẹp lòng Đức Giê-hô-va, Thì Ngài cũng khiến các thù nghịch người ở hòa thuận với người".

Trong mối quan hệ, có những người họ cố tìm cách phá hoại chúng ta, đánh đổ chúng ta, tạo sự tranh cạnh với chúng ta, chúng ta không muốn điều đó xảy ra giữa các mối quan hệ, chúng ta tránh xa họ, để hai bên đều có sự bình an. Chúng ta hãy dâng lên cho Đức Chúa Trời mọi sự, Ngài sẽ giúp đỡ chúng ta, chiến đấu thay chúng ta. Trong Kinh Thánh có hai nhân vật rất nổi tiếng, đó là Vua Sa-lơ và Vua Đa-vít, vua Sau-lơ vì lòng ghen tị với Đa-vít, cho nên ông cố gắng tìm cách để tiêu diệt Đa-vít, nhưng vua Đa-vít vẫn nhân từ với Sau-lơ, yêu thương Sau-lơ, vua Đa-vít có nhiều cơ hội để tiêu diệt vua Sa-lơ, vua Đa-vít dâng lên cho Chúa mọi sự, phó thác mọi đường lối cho Đức Chúa Trời, Đa-vít theo đuổi sự tốt lành, bình an của Đức

Chúa Trời. Cuối cùng, Đức Chúa Trời đã nhấc ông lên cao, trở thành vị vua của dân Y-sơ-ra ên.

Thứ hai, chính chúng ta phải có sự bình an

Sự bình an thật khi chúng ta từ bỏ tội lỗi, từ bỏ suy nghĩ xấu xa, từ bỏ con người cũ, và được tái sanh. Khi chúng ta loại bỏ những tâm tính xấu thì chúng ta mới đến gần Chúa, nếu không chúng ta sẽ đánh mất sự bình an, tâm trí quyết định chúng ta có được sự bình an hay không? Khi chúng ta nghĩ chúng ta bình an, những điều tốt sẽ đến với chúng ta thì chúng ta sẽ được điều đó, ngược lại nếu suy nghĩ tiêu cực thì sự bình an sẽ không đến với chúng ta. Làm sao mà chúng ta có được sự bình an mà trong khi lòng của chúng đầy sự đắng cay, lo lắng. Đức Chúa Trời ban cho chúng ta sự tự do, chúng ta có thể tự do lựa chọn lối sống cho mình.

Một vài người trong chúng ta không có được sự bình an, mặc dầu chúng ta đã cố gắng luyện tập nhiều, cố gắng sống tích cực, cố gắng suy nghĩ lạc quan những sự bình an vẫn không đến với chúng ta. Tại sao? Tại vì chúng ta chỉ sống cho chính bản thân mình và sống cho cái tôi của mình. Ví dụ, một số người trong Hội Thánh họ chưa có được sự bình an thật sự, vì họ được học lời Chúa, họ có lời Chúa nhưng họ không xem lời Chúa là một thức ăn thuộc linh nuôi dưỡng tâm linh chúng ta thay vào đó họ cảm thấy nặng nề và bị gánh nặng khi phải cố gắng làm theo lời Chúa, họ cảm thấy mình bị ràng buộc bởi lời Chúa, họ cảm thấy mất đi sự tự do khi phải cố gắng sống làm theo lời Chúa mà trong khi họ không yêu thích lời Chúa, không khát khao tìm kiếm lời Chúa, họ đọc hay học lời Chúa chỉ vì sợ Đức Chúa Trời, nếu không học, không đọc lời Chúa thì Chúa sẽ trừng phạt bản thân họ hoặc gia đình của họ, họ trở nên những con người hay lo lắng, sợ hãi. Trong trường hợp nầy, dù họ thực sống thực hành lời Chúa, làm theo lời Chúa những họ vẫn cảm thấy tấm lòng của mình văn khô héo dường bao, mất sức sống, mất đi quyền năng của Chúa. Họ đã đánh mất sự vui mừng trong Thánh Linh, Thánh Linh không còn hiện diện trên đời sống của họ nữa. Họ bị ràng buộc bởi tư tưởng và suy nghĩ của chính họ, và kiểm soát đời sống của họ. Họ không cảm thấy vui vẻ khi học lời Chúa, không cảm thấy vui vẻ khi bước đi với Chúa, họ dùng tài năng và những gì mình có để giữ luật pháp của Đức Chúa Trời, họ chưa được tăng trưởng trong Chúa. Vì vậy, để có được vui mừng thật thì chúng ta phải yêu Chúa với cả tấm lòng, tâm trí, sự khôn ngoan, và nhận biết tình yêu của lớn lao của Đức Chúa Trời đối với chúng ta lớn dường nào.

Một ví dụ khác, một số người trong Hội Thánh không có được sự bình an thật với chính mình, bởi vì họ thường suy nghĩ về những điều tiêu cực. Họ cố gắng để sống làm theo lời Chúa, họ tự lên án bản thân mình, tấm lòng của họ chất chứa những đắng cay, họ thất vọng khi không đạt được những điều mình mong muốn. Họ chỉ nói với Chúa rằng; Chúa ơi, con xin lỗi Ngài, họ đánh mất sự bình an trong tâm trí của họ. Điều gì xảy ra khi những người xung quanh tôi khi tôi làm cho họ thất vọng về tôi? Điều gì xảy ra nếu họ xa lánh tôi?

Nhiều người trong chúng ta phải trở nên như một đứa trẻ. Suy nghĩ và việc làm hãy trở nên như trẻ. Vì trẻ con nghĩ rằng bố mẹ rất yêu thương họ. Khi họ phạm tội, họ không giấu tội lỗi đó, họ đến với bố mẹ và trình bày những điều mình đã làm sai, với sự ngây thơ, hồn nhiên, đơn sơ các em sẵn sàng nói ra những lỗi lầm của mình trước mặt bố mẹ mình, và chắc chắn họ sẽ nhận được sự tha thứ từ bố mẹ.

Hẳn là như vậy, điều nầy không có nghĩa là bạn nói bạn sẽ làm tốt ở lần tiếp theo mà trong khi bạn vẫn tiếp tục mắc phạm lỗi lầm. Nếu bạn đã từ bỏ tội lỗi, từ bỏ việc làm xấu mà tại sao Đức Chúa Trời lại vẫn xa cách bạn? Tránh mặt bạn? Hễ người nào mà ăn năn thật thì sẽ không bị mất lòng ai hết hoặc nản lòng bất cứ ai. Một thực tế đối với bất cứ ai mà tin Chúa thật, yêu Chúa thật. Nếu chúng ta phạm tội, chúng ta nhận biết tội lỗi của mình, chúng ta cầu nguyện ăn năn. Chúng ta cầu nguyện ăn năn, chúng ta sẽ được Chúa tha thứ tội lỗi nhưng chúng ta vẫn phải gánh lấy hậu quả tội lỗi mà chúng ta đã phạm. Chỉ khi chúng ta đặt để tấm lòng của mình hướng về Đức Chúa Trời thì chúng ta mới vui lòng chấp nhận hậu quả đó và không quan tâm bất cứ lời giềm pha nào.

Ngược lại, Đức Chúa Trời không đẹp lòng nếu chúng ta vẫn nghi ngờ, nghĩ tội lỗi mình vẫn chưa được Ngài tha thứ. Nếu chúng ta đã ăn năn thật lòng, chúng ta sẽ vui lòng nhận lấy những gì Chúa đem đến cho chúng ta, điều đó làm Chúa đẹp lòng, chính giây phút được Chúa thứ tha, cho dù chúng ta có tiếp tục gặp hoàn cảnh khổ đau nào thì chúng ta vẫn hằng tạ ơn Chúa trong sự vui mừng.

Vì vậy, hỡi anh em yêu dấu của tôi, chúng ta phải biết rằng; Đức Chúa Trời yêu thương chúng ta vô cùng, cho dù chúng ta không hoàn hảo, Ngài vẫn yêu chúng ta, Ngài sẽ làm cho chúng ta hoàn hảo, chúng ta sẽ tôn cao danh Ngài trong mọi hành trình, mọi bước đi đường đời của chúng ta, chúng ta hãy tiếp tục gieo trồng hạt giống tình yêu thương, sự chân thật trong tấm lòng của chúng ta, có như vậy chúng ta mới có được sự vui mừng,bình an trong mọi hoàn cảnh của cuộc đời.

Thứ ba, chúng ta nên tạo nên sự bình an với mọi người.

Chúng ta muốn có được sự bình an thì chúng ta phải có được sự bình an với người khác, chúng ta phải biết hy sinh cho người khác, thậm chí chúng ta chẳng được gì khi chúng ta sống cho người khác. Sứ đồ Phao-lô nói: "Tôi đã chết hằng ngày" và Phao-lô nói tiếp " chúng ta muốn có bình an với mọi người thì chúng ta đừng đòi hỏi quá nhiều điều, quan điểm của chúng ta, hoặc sở thích của chúng ta.

Để có được sự bình an với mọi người chúng ta không nên nói

những lời giả dối, hành động hành giả dối hoặc tự hào về chính mình. Chúng ta phải hạ mình, khiêm nhường, tôn trọng người khác, tôn trọng ý kiến của người khác. Chúng ta cũng không nên đối xử thiên vị với bất kỳ một người nào. Chúng ta chấp nhận nhau, chấp nhận những tính cách của nhau. Thậm chí có thể quan điểm của chúng ta đúng, hoặc tốt hơn nhưng chúng ta cũng phải theo quan điểm của người khác.

Tuy nhiên, điều đó không có nghĩa là chúng ta thờ ơ, vô cảm với con người tội lỗi, bỏ mặc họ sống chết ngoài kia mà chúng ta không quan đến họ. Không, không phải như vậy, chúng ta phải tiếp xúc với họ, chia sẻ tình yêu của Chúa cho họ, nói chân lý sự sống cho họ. Chúng ta sẽ nhận được những phước lành từ Đức Chúa Trời khi chúng ta sống có sự bình an.

Tiếp theo, chúng ta muốn có được sự bình an với mọi người thì chúng ta đừng tự giữ sự công chính của mình, đừng khoe khoang về sự công chính của mình và chịu đựng của mình. "Từ khuôn khổ: ở đây có nghĩa là bạn cho rằng tội chịu đựng giỏi hơn người khác, tự cao về cái tôi của mình" Sự công chính ở đây có nghĩa là đang tìm cách buộc người khác phải theo mình, theo ý kiến, niềm tin, ý chí chí của của mình, xem nhẹ người khác, không thừa nhận tài năng của người khác. Sự công chính và khuôn khổ rất da dạng trong cuộc sống của chúng ta.

Điều gì xảy ra chô một nhân viên trong công ty khi anh ta tự biện hộ cho bản thân là anh ta không vi phạm các luật lệ của công ty nhưng trong khi các nhân viên và ông chủ của anh ta cho rằng anh ta đang vi phạm một số luật của công ty, trong trường hợp nầy thì anh ta cũng phải theo ý kiến số đông mặc dù ý kiến của ta là đúng... Mỗi một người trong chúng ta có những cái tôi riêng biệt, có cá tính riêng biệt, sở thích khác biệt, giáo dục khác nhau, trình độ cũng khác nhau và kể cả đức tin cũng khác nhau. Chính vì lẽ đó tạo nên một xã hội, một môi trường năng động. Vì vậy, mỗi người trong chúng ta có những tiêu chuẩn, đạo đức sống khác nhau. Có một số người cho rằng điều đó đúng những có một nhóm khác lại cho rằng điều đó sai.

Tôi sẽ cho chúng ta một ví dụ thực tế. Chúng ta hãy cùng nhau thảo luận về mối quan hệ vợ chồng trong một gia đình. Trong gia đình người chồng luôn muốn ngôi nhà phải sạch sẽ, gọn gàng và ngăn nắp. Thế nhưng người vợ lại không muốn như vậy. Vì hạnh phúc gia đình người chồng dùng tình yêu thương chịu đựng mọi sự và tự mình gìn giữ cho ngôi nhà sạch sẽ. Thế rồi, thời gian trôi qua, cuộc sống gia đình nầy vứ vòng xoay như vậy, lúc nầy sự chịu đựng của người chồng có giới hạn, cho nên người chồng rất bực bội. Người chồng cho rằng vợ của mình không được bố mẹ dạy dỗ, chỉ dạy đúng cách, có nghĩa là người vợ của mình vô giáo dục. Anh ấy tự hỏi tại sao chỉ một điều rất đơn giản mà cô ấy làm không được, mà làm cũng không tốt? Đã nhiều năm thói quen xấu của cô ấy vẫn không hề thay đổi mặc dù anh ấy đã cho vợ mình nhiều lời khuyên.

Nhưng mặt khác, người vợ lại suy nghĩ khác với chồng của cô ây, người vợ đã làm chồng thất vọng về mình, người vợ nói "Tôi hiện diện và thành vợ của anh không chỉ để lau nhà, dọn dẹp nhà cửa, hoặc làm việc nhà" Đôi khi nếu tôi không làm những việc đó thì chồng tôi cũng có thể làm, tại sao anh ấy lại than phiền về tôi? Có vẻ là trước kia anh ấy có thể làm hết mọi thứ để cho tôi vui lòng nhưng bây giờ thì anh ấy có quá nhiều vấn để để phàn nàn. Không chỉ phàn nàn về tôi mà còn để cập đến sự giáo dục của tôi. Ở đây cho chúng ta thấy rằng cặp vợ chồng nầy mỗi người mang trong mình những vấn đề, quan điểm sống, ước muốn khác nhau, chính vì lẽ đó họ không có được sự bình an. Sự bình chỉ có cho những ai hiếu và chấp nhận quan điểm của người khác và chấp nhận nhau, phục vụ lẫn nhau, điều nầy có nghĩa suy nghĩ của bạn cũng như suy nghĩ của tôi.

Chúa Giê-su phán với chúng ta trong Ma-thi-ơ 5: 23-24 "Ấy vậy, nếu khi nào ngươi đem dâng của lễ nơi bàn thờ, mà nhớ lại anh em có điều gì nghịch cùng mình, 24 thì hãy để của lễ trước bàn thờ, trở về giảng hòa với anh em trước đã; rồi hãy đến dâng của lễ". Chúa Giê-su hài lòng về sự hiến dâng, và phục vụ của chúng khi chúng hòa thuận, yêu thương anh em mình.

Hễ ai có được sự bình an trong Chúa thì sẽ đem đến sự bình an cho anh em mình. Những người nào đã có sự bình an của Đức Chúa Trời ở với mình thì họ sẽ không thích sự tranh cạnh, ghanh gổ, tham lam, kiêu ngạo, tự xưng là công chính, và chịu đựng giỏi. Ngay cả khi có ai gây ra sự tranh cạnh cho họ, họ cũng sẽ chịu đựng và hy để có được sự bình an.

Tầm quan trọng của những lời nói tốt lành

Có hai điều chúng ta cần xem xét khi chúng ta theo đuổi sự bình an, Sự bình an rất quan trọng, chúng ta nói những lời tốt lành để duy trì sự bình an. Châm ngôn 16: 24 "Lời lành giống như tàng ong, Ngon ngọt cho tâm hồn, và khỏe mạnh cho xương cốt".

Lời nói tốt sẽ đem đến sức mạnh và sự khích lệ cho những ai đang thất vọng, lo lắng, buồn, và chán nản. Lời nói tốt như một phương thuốc hay để chữa lành vết thương trong lòng cho một ai đó. Nghịch lại với điều nầy là lời nói hành, nói xấu thì sẽ đánh đổ sự bình an giữa các mối quan hệ. Khi Rô-bô-am con trai của vua Sa-la-môn lên ngôi, mọi người trong mười chi phái của dân Y-sơ-ra ên xin Rô-bô-am giảm nhẹ về lao dịch cho dân tộc của mình. Vua Rô-bô-am đáp lại dân sự trong 2 Sử ký 10:14 " theo lời bàn của những kẻ trai trẻ, và đáp cùng chúng rằng: Cha ta khiến cho ách các ngươi nặng nề; ta sẽ làm cho ách các ngươi thêm nặng hơn; cha ta sửa phạt các ngươi bằng roi, ta sẽ sửa phạt các ngươi bằng roi bò cạp". Bởi lời nói của mình mà có sự phân biệt, xa cách giữa vua và dân sự, cuối cùng là đất nước chia đôi.

Cái lưỡi là vật thể nhỏ nhất trong thân thể của con người, nhưng nó có sức hủy phá cực lớn, cái lưỡi giống như một đám lửa nhỏ cũng có thể thiêu đốt cả một khu rừng lớn. Chính vì lý do đó, Gia-cơ nói trong Gia-cơ 3:6 "Cái lưỡi cũng như lửa; ấy là nơi đô hội của tội ác ở giữa các quan thể chúng ta, làm ô uế cả mình, đốt cháy cả đời người, chính mình nó đã bị lửa địa ngục đốt cháy". Châm ngôn 18:21 "Sống chết ở nơi quyền của lưỡi; Kẻ ái mộ nó sẽ ăn bông trái của nó.

Đặc biệt, khi chúng ta nói những lời oán giận, trách móc, ghanh ghét chỉ vì ý kiến khác nhau, quan điểm khác nhau thì lúc đó chúng ta đang chứa đựng những suy nghĩ, cảm xúc xấu xa. Bởi những suy nghĩ xấu, đời sống phạm tội khiến cho ma quỷ và sa tan len lỏi vào đời sống của chúng ta, kiểm soát chúng ta. Đời sống của chúng ta như những lọ mọ, khi chúng ta giữ nó thì không sao, nếu chúng ta đổ xuống thì sẽ ảnh hưởng đến người khác, ảnh hưởng đến những người xung quanh chúng ta.

Thật vậy, khi chúng làm công việc của Đức Chúa Trời, đôi khi chúng ta cảm thấy khó chịu, phàn nàn về những ý kiến khác với ý kiến của mình, họ không theo ý mình. Bên cạnh đó, vẫn có một số có quan điểm giống như bạn và họ cũng thấy khó chịu về người khác. Con số từ ít người, lần lần tăng lên nhiều người, ví cớ đó từ một nhóm người như vậy tạo thành một hội người sống cho sa tan. Hội Thánh sẽ sản sinh ra những vấn đề, nan đề, trong Hội Thánh mất đi sự bình an, Hội Thánh trì trệ, không phát triển. Cho nên, chúng ta phải luôn luôn nói ra những lời tốt lành, nghe điều tốt lành, nhìn những điều tốt lành Ê-phê-sô 4: 29 " Và, những chữ "Ngài đã lên" có nghĩa gì, há chẳng phải là Ngài cũng đã xuống trong các miền thấp ở dưới đất sao"?. Nếu chúng ta không có lời của Đức Chúa Trời thì chúng ta sẽ không thể nói ra những lời tốt lành.

Thấu hiểu người khác

Điều thứ hai là chúng ta phải xem xét lại nguyên nhân chúng ta không đoán xét người khác và cũng không đem đến cho họ một cảm giác khó chịu nào mà chính họ lại người đánh mất sự bình an. Dù muốn hay không thì bạn phải nghĩ rằng chính họ là những người tự gây ra lỗi lầm. Đôi khi chính bạn là người làm cho người khác không có sự bình an mà bạn không nhận ra điều đó. Có thể bạn gây đau đớn, buồn phiền cho người khác bởi những lời nói không tế nhị, không khôn ngoan hoặc cũng có thể do cách đối xử của bạn. Trong trường hợp nầy bạn có thể tạo cho người khác cảm thấy khó chịu về bạn, bạn cũng không thể có được sự bình an và thậm chí chống lại người khác, bạn cũng không thể thay được được điều gì. Bạn thật sự cần phải kiểm nghiệm lại chính bản thân mình, bạn có thật sự là một người kiến tạo sự bình an cho mọi người hay không theo cái nhìn của người khác. Đối với người lãnh đạo, dù ở trong hoàn cảnh khó khăn nào, anh ta hoặc cô ta phải luôn duy trì sự hòa bình với nhân viên của mình, công nhân của mình, cấp dưới của mình. Chẳng có một nhân viên nào, công nhân nào muốn bày tỏ, tâm tình với một người lãnh đạo độc tài.

Có một bộ phim nổi tiếng về một tấm gương của một thủ tướng Hàn Quốc vị thủ tướng nầy tên là Hwang Hee thuộc triều đại Chusun. Một ngày nọ, khi vị thủ tướng nầy đi khảo sát tại một tỉnh nọ, ông thấy có một vị nông dân đang dùng một đôi bò để cày ruộng, vị thủ tướng nầy hỏi một câu hỏi thật lớn với người nông dân "Một trong hai con bò đực đó, con nào làm việc chăm chỉ hơn"? Người nông vội vàng nắm lấy tay vị thủ tướng, dẫn vị thủ tướng nầy đến một nơi khác và thì thầm bên tai của vị thủ tướng nầy với những câu "Con bọ đực đen thì làm việc lười biếng, nhưng con bò đực vàng làm việc rất chăm chỉ". Tại sao cậu lại dẫn vị thủ tướng đến một nơi khác và thì thầm bên tai tôi với những câu nói nầy? Hwang Hee vừa hỏi vừa nở nụ cười trên khuôn mặt. "Thủ thướng biết không chính những con vật chúng cũng không muốn chúng ta nói xấu về họ" Người nông dân đáp. Người nông dân có ý muốn nói đến vị thủ tướng nầy và ông nhận ra điều đó.

Điều gì sẽ xảy ra cho hai con bò đực nầy? Con bò đực vàng sẽ trở nên kẻ kiêu ngạo, còn con bò đực đen sẽ trở nên ghen tuông vì nguyên nhân con bò vàng trở nên lười biếng và làm việc ít hơn. Thông qua câu chuyện nhỏ nầy, chúng ta học được bài học từ những con vật hằng ngày mà chúng ta đang nuôi nó. Chúng ta nên cẩn thận với những lời nói của chúng ta, không nên nói những lời hoặc những hành động thiên vị, ở đâu có thiên vị ở đó có sự kiêu ngạo và ghen tuông. Ví dụ, nếu bạn tôn cao một ai đó, ca ngợi một ai đó, nhấc người đó lên trước mặt nhiều người hay là bạn khiển trách một ai đó, la mắng một ai đó trước mặt nhiều người thì đồng nghĩa là bạn đang đặt nền móng cho sự ghanh ghét, sự bất đồng. Bạn phải trở nên như một người khôn ngoan và cẩn thận trong mọi việc.

Cũng vậy, chúng ta luôn thấy những việc bất công xảy ra xung quanh đời sống của chúng ta, trong công ty, cơ quan, xí nghiệp, trường học, sự xung đột xảy ra khắp mọi nơi. Những nhân viên họ phải cố gắng chịu đựng với ông chủ hay thiên vị hoặc hay kỳ thị người khác, họ thường đối xử với nhân viên mà họ yêu, ngược lại nhân viên mà họ ghét là họ nói những lời chống lại. Nhưng đến một ngày nào đó những nhân viên mà cố gắng chịu đựng vị ông chủ của mình ngày nào bây giờ họ trở thành ông chủ thì họ cũng đối xử lị với cá nhân, đối xử với người khác cũng thiên vị. Vì vậy, chúng ta nên hiểu rằng; nếu bạn bị đối xử bất công như vậy thì bạn nên cẩn thận trong lời nói và trong cách đối xử với người khác mục đích để cho mọi người đều có được sự bình an.

Bình an thật

Cách để chúng ta có được sự bình an, chúng ta phải có bình an thật từ tấm lòng, một bình an vô điều kiện. Thậm chí những người không tin Đức Chúa Trời thì họ vẫn có được sự bình an với người khác ở một mức độ nào đó. Nhiều con cái Chúa than phiền rằng chỉ vì chúng tôi là con cái của Chúa, chúng tôi không được phá vỡ sự hòa bình với mọi người, chúng tôi phải chịu đựng quá sức của chúng tôi về những lời nói xấu, lời nói chống lại chúng tôi, chúng tôi cũng không được nêu ra ý kiến quan điểm của mình nữa. Nhưng mọi xung đột xảy ra chẳng đem lại cho bất cứ ai lợi ích gì cả, và sự bình an. Bông trái của Thánh Linh không chỉ sanh ra ở bên ngoài mà còn từ tận sâu thẳm tấm lòng của chúng ta.

Ví dụ, bạn có một người bạn, và bạn cố gắng tạo mối quan hệ tốt với người nầy, bằng cách giúp đỡ và phụ vụ anh ta, nhưng người đó lại không biết bạn, cũng không nhận ra bạn. Bạn tự hỏi bản thân rằng; Tôi phải cố gắng kiên nhẫn, kiên nhẫn để tôi phục vụ người đó, chắc chắn một ngày nào đó người đó sẽ nhận ra mình và hiểu mình. Cuối cùng thì mọi việc vẫn lập lại như trước. Sau đó, bạn cảm thấy tức giận vì bạn đã tích tụ sự căm thù đó nhiều tháng qua, bạn nghĩ rằng không thể thể hiện sự tức giận đó trực tiếp trước mặt bạn của mình vì cái tôi, nhưng bạn có thể nói xấu người đó với mọi người, nói xấu người đó mọi lúc, mọi nơi. Đôi khi bạn không hiểu người khác và thường nghịch lại họ. Bạn không ngừng chỉ trích họ, bạn cũng kinh thường họ, và gán cái tên cho họ là đồ mà quỷ, người xấu xa, tôi không thể nói chuyện với anh ta nữa.

Trong trường hợp nầy về hình thức thì bạn đang hành động theo bản năng của một con người, nhưng bạn chỉ không chú ý đến hướng tích cực trong sự việc. Chính vì bất đồng quan điểm, cảm xúc, ý kiến mà bạn không thích những người xung quanh bạn. Thậm chí bạn phàn nàn về sự thiếu sót trong cách nói chuyện của một người nào đó. Bạn thấy khó chịu khi gặp người như vậy, bạn xem thường họ, và cho họ là kẻ đạo đức giả, là kẻ xấu.

Làm thế nào người ta có thể hiểu anh ta và biết những công việc của anh ta, đó là những việc lành của anh ta. Tuy nhiên, tôi tiếp tục nói, sẽ là tốt hơn nhiều nếu bạn không phá vỡ sự bình an một cách trực tiếp trong mối quan hệ.

Vậy làm thế nào để bạn có được sự bình an thật? Có sự liên kết với mọi người và gìn giữu các mối quan hệ? Đó là bạn phải có tấm lòng tốt, sự bình an xuất phát từ tấm lòng thật của bạn, bạn giúp đỡ một ai đó với một tấm lòng chân thành, có thành ý với họ. Bạn đừng nghĩ rằng khi mình phục vụ người khác mong nhận lại sự đáp trả hơn từ người khác, bạn nên tìm kiếm ích lợi của người khác, tôn trọng giá trị người khác, thì bạn sẽ có được sự bình an thật.

Bạn cũng đừng nên có đạo đức giả, bề ngoài giúp đỡ những bên trong bạn cười nhạo họ, bạn cũng phải hiểu ý kiến của họ, quan điểm của họ, hãy nhờ năng quyền Đức Thánh Linh giúp bạn, bạn sẽ cảm hóa họ, thay đổi tư tưởng của họ, một ngày nào đó họ sẽ thay đổi. Khi những lời chỉ trích không còn, lời gièm chê không còn. Cuối cùng, mọi người có thể có được một đời sống bình an.

Hãy là người đem đến sự phước lành

Hễ những ai có được sự bình an trong Chúa, thì sẽ có bình an với mọi người, bình an với anh em. Hơn thế nữa, con của bóng tối sẽ không thể hiện diện hoặc kiểm soát chúng ta. Chúng ta có thể thiết lập một cuộc sống bình an với mọi người. Ma-thi-ơ 5: 9 "Phước cho những kẻ làm cho người hòa thuận, vì sẽ được gọi là con Đức Chúa Trời".

Chúng ta là con cái của Đấng chí cao là Đức Chúa Trời, chúng ta có quyền năng của Chúa ban cho, có sự sáng của Đức Chúa Trời. Ví dụ, nếu bạn là một người lãnh đạo trong Hội Thánh, bạn có thể giúp đỡ con cái Chúa sống một đời sống có kết quả, một đời sống phước hạnh. Cụ thể, bạn dạy dỗ họ lời Chúa, giảng dạy lời Chúa cho họ, chính lời Chúa là lời có quyền năng, uy quyền sẽ giúp đời sống của con cái Chúa từ bỏ cái tôi, từ bỏ sự tự cao. Lời Chúa sẽ xua đuổi sự thống trị của ma quỷ, lời Chúa có quyền năng đánh đổ mọi quyền lực, mọi bóng tối. Khi bạn áp dụng điều này thì bạn sẽ mang lại sự bình an cho mọi người.

Giăng 12: 24 "Quả thật, quả thật, ta nói cùng các ngươi, nếu hột giống lúa mì kia, chẳng chết sau khi gieo xuống đất, thì cứ ở một mình; nhưng nếu chết đi, thì kết quả được nhiều".

Chúa Giê-xu là con của Đức Chúa Trời, chính Ngài đã hy sinh bản thân mình để chết thay tội lỗi của nhân loại, tội lỗi của chúng ta, huyết Ngài tuôn đổ xóa bôi mọi tội lỗi của bạn và tôi, Ngài chính là Đức Chúa Trời của vua muôn vua và Chúa của các chúa, danh Ngài trên hết mọi danh, mọi sự tôn quý, vinh hiển đều thuộc về Ngài. Chúng chỉ có thể đơm hoa kết trái khi chúng ta biết hy sin bản thân cho người khác, Đức Chúa Trời là Cha, là Chúa của chúng ta, Ngài muốn chúng ta phải biết hy sinh cho người khác, cũng như lúa mì chết đi rồi mới được sống lại, Chúa Giê-su nói trong Giăng 15: 8 "Nầy, Cha ta sẽ được sáng danh là thế nào: Ấy là các ngươi được kết nhiều quả, thì sẽ làm môn đồ của ta vậy". Hễ ai khát khao Đức Thánh Linh thì sẽ nhận được bông trái của sự bình an và sẽ sống một đời sống kết quả cho Ngài.

Hê-bê-rơ 12: 14 "Hãy cầu sự bình an với mọi người, cùng tìm theo sự nên thánh, vì nếu không nên thánh thì chẳng ai được thấy Đức Chúa Trời". Trong bất cứ mối quan hệ nào, cuộc nói chuyện nào, nếu người khác cảm thấy khó chịu về bạn, than phiền về bạn, xảy ra xung đột với bạn thì bạn nên xem lại chính mình. Xưng tội, nhờ ơn Chúa để bạn có một đời sống bình an, khi người khác ở với bạn, họ cảm thấy được an toàn, bình an, bạn sẽ sống Thánh khiết, và có thể giúp người khác cũng sống Thánh khiết. Nếu bạn làm được như vậy, tôi hy vọng bạn sẽ có được thẩm quyền từ Đức Chúa Trời ban cho, bạn sẽ được Chúa gọi là con yêu dấu, đẹp lòng ta mọi đàng, đời sống của bạn luôn có Chúa và mọi người sẽ nhìn thấy Chúa trong bạn.

Gia cơ: 1:4

"Nhưng sự nhịn nhục phải làm trọn việc nó, (c) hầu cho chính mình anh em cũng trọn lành toàn vẹn, không thiếu thốn chút nào"

Chương 5

NHỊN NHỤC

Nhịn nhục không phải là chịu nhục
Bông trái của sự nhịn nhục
Nhịn nhục là tổ phụ của Đức Tin
Nhịn nhục giúp chúng ta hưởng được Thiên đàng

NHỊN NHỤC

Thông thường hạnh phúc trong cuộc sống của chúng ta phụ thuộc và sự kiên nhẫn hay không kiên nhẫn của chúng ta. Sự kiên nhẫn hiện diện xung quanh trong mối quan hệ của chúng ta, mối quan hệ giữa vợ và chồng, cha me và con cái, anh chị em ruột trong một gia đình, bạn thân với nhau. Con người chúng ta hay vội vàng làm những việc mà chúng ta cho là phải và không thể kiên nhẫn chờ đợi, không nhịn nhục được. Sự thành bại trong học tập, trong làm việc, kinh doanh đều phụ thuộc vào sự kiên nhẫn, nhẫn nại. Nhẫn nại là một trong những yếu quyết định sự thành công trong cuộc sống của chúng ta.

Nhịn nhục theo Thánh Linh khác hoàn toàn sự nhịn nhục theo suy nghĩ của thế gian. Trong xã hội chúng ta ngày hôm nay, họ được học và dạy rất nhiều về bài học nhẫn nại, nhịn nhục hay kiên nhẫn, họ có triết lý họ, họ muốn thành công, muốn có mối quan hệ tốt thì họ phải học tập kiên nhẫn, nhịn nhục, nhưng nhịn nhục đó của họ chỉ là nhịn nhục theo xác thịt. Nếu họ cảm thấy sự chịu đựng của mình vô vọng thì họ sẽ đàn áp lại đối phương, bằng cách tạo ra một tín hiệu cảnh cáo kẻ thù của mình. Vâng, chúng ta phải thừa nhận rằng, có những người họ nhịn nhục rất giỏi những đó chỉ là nhịn nhục theo xác thịt

Nhịn nhục không phải là chịu nhục

Nhịn nhục theo Thánh Linh và nhịn theo xác thịt khác nhau hoàn toàn, nếu nhẫn nhịn theo sự hướng dẫn của Thánh Linh, theo hướng tích cực và tốt lành thì bạn có thể vượt qua những khó khăn, thử thách, gian khổ với một thái độ biết cảm tạ Chúa và luôn có hy vọng, hy vọng đó sẽ dẫn bạn đến với con đường phước hạnh. Ngược lại, nếu bạn nhịn nhục theo bản năng con người, theo khả năng của bản thân, theo xác thịt thì bạn sẽ trở khô khan, nghịch ngợm, phóng đãng, và bạn trở một người lộn xộn.

Xã hội chúng ta đang sống không đơn giản như bạn nghĩ, có

những người sẽ gay ra nhiều khổ đau cho bạn, nói hành bạn không có bất kỳ một lý do nào. Bạn cảm thấy cái tôi và giá trị của mình bị hạ nhục, bị lạm dụng, bạn thấy mình như một nhân chứng để người ta thí nghiệm. Khuôn mặt của bạn đỏ phừng lên, hơi thở nhanh hơn, miệng nói lắp ba lắp bắp, nói không ra lời, bạn không thể kiểm soát được cảm xúc và suy nghĩ của mình ngay lúc đó. Nhưng nếu bạn có lời của Đức Chúa Trời trong lòng, có sự hướng dẫn của Đức Thánh Linh thì bạn sẽ bình tĩnh trở lại, nhịn nhục theo Thánh Linh.

Nếu bạn nhịn nhục theo sự hướng dẫn của Đức Thánh Linh, bạn sẽ không hành động thô lỗ và vội vàng, thậm chí có ai đó vu khống cho bạn, hiểu lầm bạn, bạn đừng có vội vàng thất vọng. Nếu bạn có một tấm như vậy, bạn không cần phải chịu đựng hay tha thứ cho bất cứ ai. Tôi sẽ cho bạn một minh họa để cho bạn hiểu.

Giữa đêm khuya lạnh giá của mùa đông, xa xa có một ngôi nhà nhỏ, dường như ánh sáng vẫn chiếu sáng cho đến rạng sáng trong ngôi nhà đó. Tại ngôi nhà có một cặp gia đình trẻ đang sinh sống. Cái rét của mùa đông đã làm cho em bé bị sốt, nhiệt độ trong người em bé lên tới 40 °C tương đương (104 F). Người cha lúc nầy ôm choàng em con mình trong tay, mặc dù thời tiết lạnh giá mà mà áo sơ mi của người cha vẫn ướt đẫm. Khi người cha của em bé lấy khen quấn lại cho con mình thì em bé nầy chẳng thích và thấy khó chịu. Nhưng mặc dù áo sơ mi cha của em bé nầy ướt đẫm mà em bé vẫn thấy thảo mái khi được nằm trong bàn tay của cha.

Người cha đã dành thời gian suốt đêm để chăm sóc con lúc đang bị ốm, những hành động bồng ẩm con, lâu khô cho con, thay khen cho con cho đến rạng sáng. Người cha không cảm thấy bất cứ sự mệt mỏi nào, bởi tình yêu dành cho con, được ngắm nhìn con yêu ngủ trong bàn tay của mình, người cha hạnh phúc dường nào.

Mặc dầu chăm sóc cho từ tối đến sáng mà người cha không nói bất cứ một lời than phiền nào và không hề thấy sự mệt mỏi trên khuôn mặt của người cha. Người cha nầy đã dành hết thời gian của mình cho con gái yêu. Tất cả những gì người cha nầy sở hữu đó là con yêu của mình, mục đích duy nhất là mong muốn con mình nhanh chóng hồi phục và khỏe mạnh trở lại. Chúng ta cũng vậy, chúng ta cũng hãy yêu người khác bằng một tình yêu chân thật, một tình yêu không vật chất, không vị kỷ. Không chỉ người thân của chúng ta hoặc những người khác mà được chúng ta yêu thương, họ sẽ cảm thấy thoải mái, cảm kích chúng ta. Tình yêu nầy gọi tình yêu thuộc linh, sự nhịn nhục theo Thánh Linh.

Điều nầy có sự khác biệt khi trong từng lĩnh mà chúng ta tìm kiếm, chúng ta cố gắng để đạt được mục tiêu nào đó, hay là mục tiêu là vương quốc của Đức Trời hoặc cá nhân được thánh hóa. Tất cả những điều trên mà chúng ta tìm kiếm thì đòi hỏi chúng ta phải chịu nhiều đau khổ và tiêu tốn năng lượng của chúng ta. Nhưng chúng ta có thể lấy đức tin và tình yêu thương trong sự chịu đựng mọi sự, bởi vì chúng ta có hy vọng kết trái. Đây là sự nhịn nhục của sự nhịn nhục là một trong những bông trái của Thánh Linh. Có ba khía cạnh nói về sự nhịn nhục.

Bông trái của sự nhịn nhục

Chúng ta có thể tìm thấy sự nhịn nhục trong 1 Cô-rinh-tô chương 13 "Chương của tình yêu thương" và đây cũng là phương pháp để chúng ta thực hành trong sự nhịn nhục. Tình yêu thương chẳng kiếm tư lợi, để từ bỏ được những gì mình muốn và những lợi ích trước nhất thì chúng ta phải chịu đựng sự nhịn nhục. Sự nhịn nhục nghĩa là tình yêu thương. Sự nhịn nhục là một trong những bông trái của Thánh Linh trong sự chịu đựng mọi sự, và cũng là thứ bậc cao hơn sự nhịn nhục trong tình yêu thuộc linh.

Thứ nhất, nhịn nhục thay đổi tấm lòng của chúng ta

Càng chất chứa những đắng cay trong lòng thì chúng càng khó nhịn nhục được. Nếu chúng ta chất chứa những điều ác, kiêu ngạo, tham lam, tự cho mình là công chính, chúng ta sẽ có những cảm giác khó chịu, khó kiểm soát được chính bản thân khi đối diện một vấn đề rất bình thường Có một thành viên trong Hội Thánh người mà có mức thu nhập 15000 usd trong một tháng, và anh ta cho rằng thu nhập của mình thấp hơn mọi khi. Anh ta đến với Chúa trong sự cầu nguyện và phàn nàn với Chúa, chống lại Chúa. Không bao lâu anh ta mới nhận ra lỗi lầm của mình và đến ăn năn tội lỗi của mình, anh ta đã không biết ơn những gì mà Đức Chúa Trời ban cho mình vì anh ta quá tham lam, không biết thỏa lòng.

Chúng ta phải tạ ơn Chúa trong mọi sự, cảm ơn Chúa những gì Ngài ban cho chúng ta, thậm chí chúng ta không có nhiều tiền, không có tiền thì chúng ta cũng phải tạ ơn Chúa. Tham lam sẽ làm cho lòng chúng ta khô héo, cằn cỗi, chúng ta phải từ bỏ sự tham lam, để rồi chúng ta có thể nhận được những ơn phước của Đức Chúa Trời.

Chúng ta hãy cất bỏ những tội lỗi hay vấn vương trong chúng ta, cất bỏ những điều xấu đang hiện diện trong ta, chúng ta sẽ dễ dàng và dễ dàng hơn trong sự nhịn nhục, chịu đựng hoàn cảnh khó khăn, dễ dàng tha thứ cho những ai mà ghét chúng ta, dễ dàng tha thứ cho kẻ thù. Lu-ca 8: 15 "Song phần rơi vào nơi đất tốt, là kẻ có lấy lòng thật thà tử tế nghe đạo, gìn giữ, và kết quả một cách bền lòng".

Tuy nhiên, chúng ta phải luôn có sự deo dai và cần nỗ lực hơn nhiều để chúng gieo tấm lòng của chúng ta vào đất tốt. Sự thánh khiết không phải tự nhiên mà có mà chúng ta phải khát khao và hướng đến sự thánh khiết. Chúng ta phải tạo cho mình một thói quen vâng lời, cầu nguyện và kiên ăn, chúng ta phải từ bỏ tình yêu hai lòng, yêu để đạt được ích lợi từ người khác, hãy quăng xa loại tình yêu đó, tình yêu lợi ích chỉ đem cho chúng ta sự giả tạo và sự lừa gạt. Chúng ta phải theo đuổi sự thánh khiết, để chúng ta trở nên người sống có kết quả, sống để đạt được mục tiêu, hãy nhờ lời Chúa hướng dẫn, giúp đỡ chúng ta, mục tiêu cuối cùng của chúng ta Thiên đàng, là Giê-ru-sa-lem mới, thành thánh mới, chúng ta phải nhờ ơn Chúa, nhờ sức của Chúa để chúng ta giữ được mục tiêu của mình và nhịn nhục trong sự vui mừng cho đến khi chúng ta về đích.

Nhưng đôi khi, có một số người Cơ đốc rơi vào trạng thái thánh hóa đời sống bị giảm xuống khi cuộc sống của họ trôi qua êm đềm. Bản chất tội lỗi, xác thịt vẫn tồn tại bên trong tấm lòng của họ, nhiều lúc họ nói rằng, họ đã từ bỏ đời sống xác thịt, họ không còn gánh nặng về những việc làm của xác thịt.

Vậy thì, làm cách nào để họ từ bỏ được đời sống xác thịt, khi tấm lòng họ mong muốn được gần Chúa hơn, được ca ngợi Chúa, họ cảm thấy sự bình an, đầy niềm vui nhưng sự cảm giác đó chỉ tồn tại trong khoảng thời gian ngắn, họ vẫn chưa dứt điểm toàn bộ những cái gì tồn tại bên trong họ. Thật vậy, nếu bạn muốn nhổ cỏ tận gốc, họ không chỉ chỉ cắt bỏ đi những lá mà họ phải cắt bỏ toàn bộ gốc rễ. Điều nầy tương ứng với tội lỗi tự nhiên trong con người chúng ta. Anh chị em phải cầu nguyện, nhờ ơn Chúa, để Ngài thay đổi tấm lòng của chúng ta, cất bỏ con người cũ, thay đổi chúng ta thành con người mới cho Ngài.

Khi tôi là người mới tin Chúa, tôi cầu nguyện xin Chúa hãy cất bỏ đi con người cũ trong tôi, bởi vì tôi hiểu rằng trong khi tôi đọc Kinh Thánh, Chúa muốn tôi phải cất bỏ sự hận thù, ghen ghét, oán giận, cãi lẫy, bè đảng, say sưa, nóng giận vv.. Tôi kinh nghiệm một điều, khi tôi vẫn còn giữ bản chất con người cũ, giữ cái tôi của mình thì tôi không thể cắt bỏ sự hận thù trong lòng tôi. Tôi cầu nguyện, Chúa ơi xin Ngài ban cho con ân điển để con có thể hiểu những người khác, hiểu được cái nhìn của họ, quan điểm của họ. Khi tôi cầu nguyện như vậy thì lòng tôi cảm thấy nhẹ nhõm và bình an, mọi hận thù trong tôi đều tan biến. Sau đó lòng tôi tràn ngập tình yêu thương của Chúa.

Chúa giúp tôi học biết về sự nhịn nhục cũng như việc cắt bỏ sự tức giận trong con người tôi, Ngài cũng giúp tôi trong vấn đề kiểm soát được cảm xúc, kiểm soát được suy nghĩ. Có những trường hợp tôi bị vu oan, bị người khác hiểu lầm, tôi chỉ biết đếm một, hai, ba, bốn....nhịn nhục, hạ mình, kiểm soát được lời nói ngay lúc đó.

Nhưng tôi cố gắng không phản ứng lại, ngược lại rất khó cho tôi để giữ được sự bình tĩnh, nhờ sức Chúa, cơn giận của tôi dần dần biến mất. Trong cuộc đời tôi dù có gặp bất cứ tình huống nào, hoàn cảnh nào, có những lúc tôi gặp tình huống còn hơn trường hợp ở trên, nhưng tôi an tịnh, không nao núng, tâm hồ tôi lại bình an.

Trong thời gian ba năm tôi tin Chúa, đúng nghĩa là tôi đã trở thành con cái của Đức Chúa Trời, tôi không còn là con của bạn nghịch, con của bóng tối. Khi tôi đã trở thành con cái Chúa. Tôi trở thành người mới, thậm chí tôi còn không biết sự kiêu căng là gì nữa. Tôi luôn giữ mình trong sự cầu nguyện. Tôi có Thánh Linh ở cùng, tôi trở nên một người sống biết tôn trọng người khác, biết sống cho người khác, thậm chí có người thấp hèn hơn tôi, tôi vẫn dành cho họ một tình yêu chân thật, tôi vẫn tôn trọng họ, tôi sống không phải tôi xem họ mà tôi nhìn xem Chúa Giê-su. Tôi đã phục vụ những mục sư lâu năm và kể cả những mục sư mới được phong chức. Sau ba năm sống thực hành sự nhịn nhục, tôi nhận ra rằng thái độ kiêu căng, tự cao trong tôi không còn nữa, và mãi về sau tôi không còn cầu nguyện với Chúa về lĩnh vực đó nữa, vì Chúa đã giúp tôi cắt bỏ nó đi.

Nếu bạn không cắt bỏ mọi gốc rễ thuộc tính con người cũ của mình thì trong khoảnh khắc nào đó bản chất tự nhiên trong bạn sẽ nổi dậy. Chính bản thân bạn sẽ thất vọng vì điều đó, bạn cứ nghĩ là bản chất đó không còn tồn tại bên trong tấm lòng của chính bạn, "bạn có càng cố gắng cắt bỏ nó, thì bản chất đó lại hiện diện trong bạn" có lẽ là bạn vô cùng chán nản.

Bạn sẽ hiểu tại sao bạn vẫn không thể thay đổi chính mình, thay đổi con người cũ, con người xác thịt, vì bạn vẫn còn giữ trong mình những gốc rễ của tội lỗi, cho nên sự thánh khiết, sự nhịn không thể tiệm tiến trong bạn. Con người cũ của bạn được ví như một củ hành, khi bạn lột ra lớp củ hành, thì bạn vẫn thấy cái vỏ khác, bạn cứ tiếp tục làm như vậy, bạn vẫn thấy có lớp vỏ khác bao bọc củ hành. Cứ như thế, bạn lột hết vỏ củ hành thật nhiều lần, rồi củ hành thật cũng xuất hiện. Đời sống chúng ta cũng như vậy.

Bạn không được chán nản vì bạn vẫn chưa cắt bỏ bản chất con người cũ của bạn. Bạn phải kiên nhẫn, nhịn nhục cho đến cuối cùng, tiếp tục cố gắng và trông đợi những điều tốt đẹp sẽ đến với bạn.

Trong Hội Thánh có những con người họ sống cho Chúa, giữ lời Chúa, vâng lời Ngài. Thế nhưng họ lại phàn nàn, nản lòng vì họ không nhận được ơn phước của Chúa. Họ cho rằng thậm chí chúng tôi đã sống một đời sống nhân từ, chịu nhịn nhục vì danh Chúa mà chúng tôi chẳng được gì cả, Chúa vẫn im lặng trong lời cầu nguyện của chúng tôi. Không những vậy, còn một số người còn trách móc Hội Thánh, đổ lỗi cho Hội Thánh, cho người lãnh đạo Hội Thánh.

Hỡi anh em yêu dấu của tôi, chúng ta không có điều gì phải phàn nàn Chúng ta không nhận được ơn phước của Đức Chúa Trời là do chúng ta vẫn chất chứa những điều xấu sống trong lòng, vẫn sống trong sự giả dối, tội lỗi, con người cũ vẫn tồn tại trong tấm lòng của chúng ta.

Trên thực tế, nhiều con cái của Đức Chúa Trời thường phàn nàn về sự cống hiến, thời gian, tiền bạc, để giúp đỡ người khác, họ cho rằng sự tập trung của họ đã sai lầm. Anh em đừng bao giờ mệt nhọc về sự làm lành, và sống bởi đức tin. Khi anh em càng làm nhều việc lành thì anh em càng có nhiều niềm vui, mỗi một cuộc đời của anh em sẽ là muối và đất chiếu sáng cho thế gian tăm tối nầy. Thực tế là họ phàn nàn chứng minh rằng sự tập trung của đức tin của họ là sai lầm. Bạn không cảm thấy mệt mỏi nếu bạn hành động trong sự tốt lành và chân lý với đức tin. Bạn càng hành động tốt đẹp, bạn càng trở nên vui vẻ hơn, vì vậy bạn sẽ nhận được nhiều điều tốt đẹp hơn

Thứ hai, trong mỗi chúng ta đều có sự nhịn nhục

Trong một Hội Thánh có những thành phần con người khác nhau, khác nhau về trình độ, về nhân cách, khác nhau về đẳng cấp nhưng khi bạn gặp gỡ, khi bạn tương tác với họ, có lẽ bạn sẽ gặp gỡ nhiều cá tính, và bạn cũng thuộc trong số những đó. Bạn cũng có cá tính khác nhau. Chắc chắn rằng trong giao tiếp bạn không thể trách khỏi những tình huống phát sinh ngoài ý muốn. Từ những cá tính khác nhau đó, mọi vấn đề sẽ được phát sinh, có những vấn đề tầm thường đối đầu với những vấn đề lớn, và chính bạn cũng khác biệt với họ trong suy nghĩ, tư tưởng, một khi những sự tranh luận xảy ra với chúng ta thì sự bình an sẽ bị phá vỡ giữa anh em với nhau.

Trong cuộc tranh luận sẽ có người nói rằng "quan điểm của tôi khác với quan điểm của họ" cho nên chúng tôi không thể làm việc cùng nhau chỉ vì chúng tôi khác nhau về nhân cách và cái tôi, khác nhau về tư tưởng" nhưng ngay khi các cặp vợ chồng cũng có thể xảy ra hoàn cảnh tương tự như trên. Vậy thì có bao nhiêu cặp vợ chồng có được sự hòa hợp nhau trong nhân cách, tính cách, suy nghĩ? Mỗi cặp vợ chồng họ được sinh ra trong một môi trường khác nhau, thói quen khác nhau, học vấn cũng khác nhau, sự nếm trải cuộc sống cũng khác nhau, nhưng chính họ phải là người hiệp một, thấu hiểu nhâu, cùng đem lại ích lợi cho nhau.

Một người đã được tái sanh, đời sống của họ khác biệt với những người chưa tái sánh, người tái sanh sản sinh ra bông trái Thánh Linh, nhịn nhục trong mọi sự, nhịn nhục trong mọi hoàn cảnh, mọi loại hạng người, mục đích để chúng ta có được sự bình an. Trong hành trình theo Chúa, thậm chí gặp những thử thách, khó khăn, có những lúc muốn từ bỏ, chán nản, tuyệt vọng nhưng những người đã tái sanh thật thì họ vẫn cảm thấy bình an, lòng vẫn an ninh trong Chúa. Họ luôn luôn hiểu người khác, họ luôn chịu đựng mọi sự, nín chịu mọi sự, họ luôn nghĩ đến ích lợi cho người khác, sống cho người khác hơn là cho bản thân mình. Có những lúc bị người ta gièm chê, chỉ trích, họ chỉ nhờ ơn Chúa mà nhịn nhục. Họ vẫn yêu những người ghét họ, họ không bao giờ lấy ác trả ác.

Chúng ta phải nhịn nhục vì chúng ta có Thánh Linh của Chúa ngự trị và sự hướng dẫn của Đức Thánh Linh. Khi chúng tôi đào tạo, huấn luyện cho nhân sự, cho các mục sư trong mục vụ. Tôi chứng kiến vẫn còn có một số con cái Chúa họ vẫn còn thay đổi chậm chạp.

Họ vẫn còn kết bạn với thế gian, sống như thế gian, họ đánh mất ân điển của Đức Chúa Trời. Nhiều đêm tôi đã than khóc với Chúa, những giọt lệ tôi tuôn tràn ướt đẫm khuôn mặt của tôi, tôi khẩn nguyện với Chúa, kêu với Chúa, xin Chúa tha thứ cho họ, tôi chưa bao giờ ngừng cầu nguyện cho họ. Trong mối quan hệ, dạy dỗ họ tôi luôn chịu đựng, nhịn nhục vì tôi hy vọng rằng một ngày nào đó Đức Chúa Trời sẽ thay đổi tấm lòng của họ.

Tôi là mục sư trong Hội Thánh, tôi đã nhờ ơn Chúa để giúp Hội Thánh phát triển, trong suốt thời gian quản nhiệm Hội Thánh, tôi phải hạ mình, nhịn nhục, dù tôi là một mục sư nhưng tôi không thể chỉ đạo trực tiếp hết mọi cấp bậc trong nhà thờ hoặc ra lệnh cho họ phải làm theo ý tôi muốn, thậm chí tôi biết có những con người làm việc công việc của Hội Thánh rất chậm chạp, ì ạch, hay bỏ ngang công việc. Mặc dù biết vậy, tôi không thể bảo họ đừng làm nữa. " Tôi cũng không thể nói rằng bạn không đủ khả năng, bạn quá thấp kém, bạn đã bị sa thải".

Trong hoàn cảnh đó tôi chỉ nín chịu mọi sự và hướng dẫn họ cho đến khi họ là người có khả năng và nhiệt huyết trong công việc nhà Chúa. Tôi biết phải mất nhiều thời gian, nhiều năm để huấn luyện họ, có thể mất năm năm, mười năm hoặc mười lăm năm, tôi vẫn cố gắng, cố gắng huấn luyện họ, tôi tin chắc họ sẽ được Đức Thánh Linh dạy dỗ họ, huấn luyện họ trở thành một người mạnh mẽ trong Thánh Linh, nhiệt huyết trong công việc.

Đức Chúa Trời chọn tôi làm người lãnh đạo Hội Thánh, Ngài muốn tôi phải hiểu từng con cái Chúa, muốn tôi phải sống một đời sống gương mẫu, làm gương. Thật vậy, tôi biết những con cái Chúa trong Hội Thánh, bạn sẽ trở nên mệt mỏi khi có những con chiên ngang nghịch, cứng đầu, họ sống như lối sống của thế gian, họ mất đi bông trái của Đức Thánh Linh, họ không những không kết quả cho Chúa mà con làm những việc sai trái. Tôi đã chịu đựng họ, nhịn nhục với họ nhưng họ giả vờ không biết điều đó. Thiết nghĩ rằng nếu có một người lãnh đạo thì họ sẽ không dùng những con người như vậy, họ sẽ thay thế người khác, chọn lựa những con người có khả năng để làm việc có hiệu quả. Nhưng lý do tại sao tôi phải chịu đựng họ cho đến cuối cùng, là vì để mỗi người trong số họ sẽ được Đức Thánh Linh thay đổi và họ sẽ sống kết quả cho vương quốc của Đức Chúa Trời chứ không phải kết quả cho tôi.

Nếu bạn gieo hạt giống của sự nhịn nhục theo cách nầy thì tôi chắc chắn rằng bạn sẽ đươm hoa kết trái cho Đức Chúa Trời. Tôi cho bạn một ví dụ cụ thể, nếu bạn nhịn nhục theo cách của Chúa thì bạn sẽ thay đổi được người khác, cầu nguyện với họ trong nước mắt, than khóc với Chúa về đời sống của họ, những hành động chân thật của bạn, bạn sẽ thay đổi được những con người chai lì. Đức Chúa Trời sẽ ban quyền năng và uy quyền cho bạn, để bạn thay đổi được nhiều tấm lòng khô héo, nhiều tâm hồn đi sai lạc. Vậy, nếu bạn giữ được tâm lòng của bạn và gieo hạt giống nhịn nhục trong mọi hoàn cảnh, thì Đức Chúa Trời sẽ giúp bạn có được những bông trái của phước lành.

Thứ ba, sự nhịn nhục theo cách của Đức Chúa Trời
Khi anh chị em cầu nguyện, hãy kiên nhẫn chờ đợi cho đến cuối cùng, chờ đợi cho đến khi Chúa trả lời cho sự cầu nguyện của chúng ta. Trong Mác 11: 24 "Bởi vậy ta nói cùng các ngươi: Mọi điều các ngươi xin trong lúc cầu nguyện, hãy tin đã được, tất điều đó sẽ ban cho các ngươi. 25 Khi các ngươi đứng cầu nguyện, nếu có sự gì bất bình cùng ai, thì hãy tha thứ, để Cha các ngươi ở trên trời cũng tha lỗi cho các ngươi".

Đức tin của chúng ta được đặt để lời của Đức Chúa Trời trong lòng, chúng ta tin cậy Ngài, tin Kinh Thánh. Chúng ta hãy tin chắc rằng Đức Chúa Trời sẽ đáp lời những gì chúng ta cầu xin, Ngài sẽ ban cho chúng ta vượt mọi điều chúng ta suy tưởng.

Tuy nhiên, không phải chúng ta chỉ cầu nguyện mà chẳng làm gì cả, chúng ta phải thực hành lời của Chúa trong mọi lúc mọi nơi, chúng ta phải thực hành theo cách của Ngài muốn để chúng ta nhận được những lời cầu nguyện đó. Ví dụ, có một chàng sinh viên, chàng sinh viên nầy muốn trở thành một học sinh đứng top đầu của lớp nhưng chàng sinh viên nầy chỉ mơ mộng và tưởng tượng chứ không cố gắng học, không siêng năng học mà trong khi chàng sinh nầy mơ mộng mình sẽ đứng đầu lớp. Chàng sinh viên nầy phải cố gắng học tập, học tập hết mình, và cầu nguyện nhờ ơn Chúa thì chắc chắn rằng chàng sinh viên nầy sẽ trở nên người đứng đầu lớp.

Cũng vậy, trong Kinh doanh, bạn cầu nguyện cho công việc Kinh doanh của mình được thanh thông, giàu có phát đạt, nhưng mục tiêu của bạn cầu nguyện là để có một ngôi nhà biệt thự, đầu tư kinh doanh đạt lợi nhuận cao nhất, có được một ô tô đắt giá nhất. Vậy thì bạn có thể nhận được sự đáp lời của Chúa về lời cầu nguyện như vậy không?. Tất nhiên, Đức Chúa Trời muốn con cái của Ngài có một đời sống thịnh vượng nhưng Đức Chúa Trời sẽ không ban cho những lời cầu nguyện có tư lợi cá nhân, nhưng nếu cầu nguyện cho việc kinh doanh của bạn đạt lợi nhuận cao mục đích để giúp đỡ mục vụ, hỗ trợ mục vụ truyền giáo, các mục vụ khác, và nếu bạn định hướng mục tiêu sống đúng, mục tiêu sống ngay thẳng thì chắc chắn rằng Đức Chúa Trời sẽ dẫn bạn đến và nhận những ơn lành từ Chúa.

Trong Kinh Thánh có hàng vạn lời hứa của Đức Chúa dành cho con cái của Ngài và Ngài sẽ đáp lời cầu nguyện của chúng ta. Nhưng trong vòng con cái Chúa có nhiều người không nhận được câu trả lời của Chúa, bởi vì họ không kiên nhẫn chờ đợi ý Chúa. Chúng ta cầu nguyện và muốn Chúa đáp lời ngay lập tức nhưng Đức Chúa Trời không đáp lời ngay lập tức.

Sự đáp lời của Chúa đúng thời điểm, đúng lúc, thích hợp nhất bởi vì Ngài biết tất cả mọi thứ và biết điều gì tốt nhất cho chúng ta. Nếu chúng ta cầu nguyện cho việc lớn, việc quan trọng mà theo ý Chúa thì Đức Chúa Trời sẽ đáp lời chúng ta khi Ngài thấy chúng ta cầu nguyện trong sự dốc lòng, khẩn nguyện. Như chúng ta biết, khi Đa-ni-ên cầu nguyện để nhận được sự mặc khải từ Đức Thánh Linh và Đức Chúa Trời sai Thiên sứ đến và đáp lời ngay lập tức cho sự cầu nguyện của Đa-ni-ên, nhưng để nhận được sự đáp lời từ Đức Chúa Trời trước đó Đa-ni-ên đã cầu nguyện hai mươi mốt ngày. Tong hai mươi mốt ngày cầu nguyện, tâm thần, tấm lòng của Đa-ni-ên luôn hướng về Đức Chúa Trời, cầu nguyện với Đức Chúa Trời một cách khẩn thiết. Nếu chúng ta cầu nguyện mà chúng ta tin mình đã được mọi thứ thì điều đó chẳng khó khăn gì để chúng ta nhận được sự ban cho của Đức Chúa Trời. Chúng ta hãy vu mừng hớn hở những gì chúng ta đáng có, hãy cảm tạ Chúa về điều đó, khi chúng ta cầu nguyện trong đức tin thì mọi vấn đề của chúng ta sẽ đượcgiải quyết.

Gia-cơ 1: 6-8 "Nhưng phải lấy đức tin mà cầu xin, chớ nghi ngờ; vì kẻ hay nghi ngờ giống như sóng biển, bị gió động và đưa đi đẩy đi đó. 7 Người như thế chớ nên tưởng mình lãnh được vật chi từ nơi Chúa: 8 ấy là một người phân tâm, phàm làm việc gì đều không định".

Một vài con cái Chúa họ không chờ đợi cho đến khi họ nhận được sự đáp lời của Đức Chúa Trời, họ cầu nguyện và yêu cầu Chúa hãy trả lời ngay lập tức, nhưng khi họ cầu nguyện mà không thấy Đức Chúa Trời đáp lời thì họ nghĩ rằng Đức Chúa Trời không yêu họ, không thương họ và họ từ bỏ ngay sự cầu nguyện.

Nếu chúng đã cầu nguyện và tin chắc rằng, thì chúng ta sẽ không thất vọng, chán nản mà dễ từ bỏ. Chúng ta không biết được khi nào Chúa mới đáp lời chúng ta, hôm nay chăng, ngày mai chăng, tối nay chăng? Có thể sau khi chúng ta cầu nguyện Chúa sẽ đáp lời ngay cho chúng ta hoặc có thể năm sau, mười năm sau nữa. Chúng ta nên biết rằng Đức Chúa Trời là Đấng biết những điều gì tốt lành nhất cho chúng ta.

Có một điều quan trọng khi chúng ta cầu nguyện, đó là chúng ta phải tin, nếu chúng ta tin thì chúng ta sẽ nhận được những gì chúng ta cầu nguyện. Chúng ta có thể vui mừng, bình an, hạnh phúc trong mọi hoàn cảnh. Nếu chúng ta tin Chúa sẽ đáp lời cầu nguyện của chúng ta, thì chúng ta sẽ cầu nguyện với một đức tin hành động thì chúng ta sẽ có mọi thứ trong tay chúng ta. Hơn thế nữa, chúng ta nhịn nhục trong khi chúng ta làm việc và phục vụ Chúa trong sự gian khổ, thử thách, bắt bớ thì chúng ta sẽ nhận được bông trái của sự tốt lành.

Sự nhịn nhục là cội rễ của Đức tin

Trong cuộc đua Ma-ra-tông luôn có sự khác biệt. Vận động viên nào chiến thắng sẽ rất vui vì mình đã vượt qua cuộc đua, vượt qua những quy định trong cuộc đua và kinh được trong suốt hành trình chạy. Chúng ta là con cái Chúa cũng vậy, chúng cũng đang chạy đua thuộc linh, chạy đua với thế gian, trong cuộc đua đó chúng ta phải đối diện với những thử thách, khó khăn, thử thách sự chuẩn mực của Đức Chúa Trời, thử thách sự cám dỗ của thế gian, nhưng chúng ta có thể vượt qua tất cả khi chúng ta nhìn xem Đức Chúa Giê-su Christ, Đức Chúa Trời sẽ ban cho chúng ta ân điển của Ngài, sức mạnh của Ngài, và Đức Thánh Linh để giúp đỡ chúng ta

Hê-bê-rơ 12: 1-3 "Thế thì, vì chúng ta được nhiều người chứng kiến vây lấy như đám mây rất lớn, chúng ta cũng nên quăng hết gánh nặng và tội lỗi dễ vấn vương ta, lấy lòng nhịn nhục theo đòi cuộc chạy đua đã bày ra cho ta, 2 nhìn xem Đức Chúa Jêsus, là cội rễ và cuối cùng của đức tin, tức là Đấng vì sự vui mừng đã đặt trước mặt mình, chịu lấy thập tự giá, khinh điều sỉ nhục, và hiện nay ngồi bên hữu ngai Đức Chúa Trời. 3 Vậy, anh em hãy nghĩ đến Đấng đã chịu sự đối nghịch của kẻ tội lỗi dường ấy, hầu cho khỏi bị mỏi mệt sờn lòng".

Chính Đức Chúa Giê-su đã chịu sự khinh thường, sỉ nhục, nhạo báng Ngài từ vật thọ tạo của Ngài là con người chúng ta cho đến khi hoàn tất sự cứu chuộc. Bởi vì, Ngài biết rằng Ngài đang ngồi bên tay hữu Đức Chúa Cha và ban sự cứu rỗi cho con người. Ngài đã chịu mọi sỉ nhục, nhạo báng cho đến cuối cùng. Chúa Giê-su đã chết trên cây thập tự bởi tội lỗi của nhân loại, sau ba ngày Ngài sống lại từ cõi chết, Ngài đắc thắng sự tối tăm, thế lực của sa tan, Ngài đập vỡ mọi xiềng xích của thế lực đen tối, Ngài mở ra một con đường cứu rỗi cho nhân loại. Đức Chúa Cha đã ban con một của Ngài, Chúa Giê-su Ngài là vua muôn vua, Chúa trên các Chúa, tất cả mọi đầu gối, mọi quyền lực khi nghe đến danh Ngài đều hết thảy quỳ xuống mà thờ lạy Ngài.

Gia-cốp là cháu nội của Áp-ra-ham và Gia-cốp trở thành cha của dân tộc Y-sơ-ra ên. Gia-cốp là một người cố chấp. Gia-cốp đã cướp quyền làm trưởng của anh mình là Ê-sau bằng cách gian lận và chạy trốn Ê-sau đi đến tại Ha-ran, và được Đức Chúa Trời ban phước tại Bê-tên.

Sáng thế ký 28: 13-15 "Nầy, Đức Giê-hô-va ngự trên đầu thang mà phán rằng: Ta là Giê-hô-va Đức Chúa Trời của Áp-ra-ham, tổ phụ ngươi, cùng là Đức Chúa Trời của Y-sác. Ta sẽ cho ngươi và dòng dõi ngươi đất mà ngươi đương nằm ngủ đây. (g) 14 Dòng dõi ngươi sẽ đông như cát bụi trên mặt đất, tràn ra đến đông tây nam bắc, và các chi họ thế gian sẽ nhờ ngươi và dòng dõi ngươi mà được phước. 15 Nầy, ta ở cùng ngươi, ngươi đi đâu, sẽ theo gìn giữ đó, và đem ngươi về xứ nầy; vì ta không bao giờ bỏ ngươi cho đến khi ta làm xong những điều ta đã hứa cùng ngươi.

Giô-sép là người con thứ mười một của Gia-cốp, Gia-cốp yêu thương Giô-sép hơn tất cả các anh em khác trong nhà. Một ngày nọ, Giô-sép đã bị các anh em mình bán cho dân Âi-cập, làm nô lệ tại Ai-cập nhưng Giô-sép vẫn không tuyệt vọng. Giô-sép làm việc chăm chỉ, được Đức Giê-hô-va phù hộ chàng và xui cho mọi việc chi chàng lãnh làm nơi tay đều được thạnh vượng. Giô-sép được ơn trước mặt chủ mình nên chủ cắt chàng hầu việc, đặt cai quản cửa nhà, và phó của cải mình cho chàng hết. Nhưng giô-sép lại một lần nữa bị hiểu lầm và bị bỏ tù. Giô-sép lại một lần nữa chịu thử thách.

Tất nhiên, mọi sự thử thách của Giô-sép đều nằm trong ân điển của Đức Chúa Trơi và sự chuẩn bị của Ngài. Đức Chúa Trời cất Giô-sép lên làm thủ tướng của dân Ai-cập. Chẳng có một người nào biết được điều đó, chỉ có một mình Đức Chúa Trời biết. Mặc dù bị bán làm nô lệ, bị nghi ngờ, bị bỏ tù nhưng Giô-sép vẫn không chán nản, nản lòng, thậm chí càng mạnh mẽ hơn. Bởi vì Giô-sép biết rằng mình có Đức Chúa Trời ở cùng và tin vào lời hứa của Đức Chúa Trời ban cho, và Giô-sép tin chắc chắn rằng Đức Chúa Trời sẽ làm thành giấc mộng của mình, các các ngôi sao, các dãy ngân hà, mặt trăng đều quì gối trước Ngài và thờ lạy Ngài.

Giô-sép tin cậy Đức Chúa Trời một cách tuyệt đối, luôn luôn cảm thấy bình an trong mọi nghịch cảnh, vì Giô-sép có lời của Đức Chúa Trời ở trong lòng, Giô-sép luôn vâng lời Ngài, tin cậy Chúa và phó thác mọi đường lối của mình cho Ngài.

Nếu bạn ở trong hoàn cảnh của Giô-sép, đối diện với nan đề mà Giô-sép gặp phải thì bạn sẽ làm gì? chúng ta có thể tương tượng rằng Giô-sép bị bán làm nô lệ vào lúc chàng mới 13 tuổi phải không? Có thể nếu bạn ở trong hoàn cảnh đó thì bạn sẽ cầu nguyện với Chúa rất nhiều, cầu nguyện xin Chúa cất khỏi sự thử thách đó, và bạn tự hỏi bạn thân mình rằng, xem xét bản thân mình đã phạm tội lỗi nào, và cầu nguyện ăn năn để được Đức Chúa Trời tha thứ. Bạn kêu cầu với Chúa, than khóc với Chúa, nhưng Đức Chúa Trời vẫn không đáp lời bạn, một năm, hai năm, mười năm, thậm chí hai mươi năm, ngược lại bạn lại gặp nhiều thử thách hơn, nhiều nan đề hơn, bạn sẽ làm gì trong hoàn cảnh đó? Bạn cảm thấy như thế nào?.

Giô-sép bị tù đày, giam cầm, phải nhiều thử thách trong suốt cuộc đời của mình, ngày qua ngày phải đối diện với những nan đề và cảm thấy cuộc đời thật vô nghĩa và không công bằng nếu Giô-sép không có đức tin. Nếu giô-sép nghĩ về thời gian hạnh phúc, bình an, đầy đủ, và được sự chăm sóc, bảo vệ, yêu thương từ người cha mình là Gia-cốp thì Giô-sép lại càng cảm thấy khổ sở hơn. Nhưng giô-sép tin cậy Đức Chúa Trời, trông cậy Ngài và tin Ngài luôn theo dõi mỗi bước đi của mình, ở cùng mình, Giô-sép cam kết với bản thân rằng không có ai hoặc bất cứ một việc gì có thể thay đổi tình yêu của

Mmình dành cho Đức Chúa Trời, Giô-sép không bao giờ và chưa bao giờ đánh mất hy vọng của mình ở nơi Đức Chúa Trời, Giô-sép bước đi với đức tin, sự thành tín, nhân từ, nhục cho đến Đức Chúa Trời làm thành giấc mộng của ông.

Cuộc đời của Đa-vít cũng đã nhận biết Đức Chúa Trời trong cuộc đời của ông. Nhưng thậm chí trước khi Đa-vít trở thành vị vua kế tiếp của dân Y-sơ-ra ên thì Đa-vít phải chịu mọi thử thách, mọi khó khăn trong cuộc đời, nhiều lần ông chạy trốn vua Sau-lơ, đời sống lênh đênh, nhiều lần đối diện với sự chết. Nhưng chẳng có điều gì làm cho Đa-vít ngã lòng, từ bỏ, bởi đức tin Đa-vít đã vượt qua, ông trở thành vị vua vĩ đại nhất của Y-sơ-ra- ên, một vị vua có quyền lực nhất trong vương quốc Y-sơ ra ên.

Gia-cơ 1: 3-4 "vì biết rằng sự thử thách đức tin anh em sanh ra sự nhịn nhục. 4 Nhưng sự nhịn nhục phải làm trọn việc nó, (c) hầu cho chính mình anh em cũng trọn lành toàn vẹn, không thiếu thốn chút nào". Hê-bê-rơ 10: 36 "Vì anh em cần phải nhịn nhục, hầu cho khi đã làm theo ý muốn Đức Chúa Trời rồi, thì được như lời đã hứa cho mình". Bạn sẽ nhận được những ơn phước từ lời hứa của Đức Chúa Trời khi bạn chịu đựng trong mọi thử thách và nhịn nhục.

Nhịn nhục để hưởng được Thiên Đàng

Chúng ta phải chịu đựng mọi sự, nhịn nhục mọi sự để chúng ta đi tới Thiên Đàng. Một số con cái Chúa họ nói rằng họ rất hạnh phúc và vui mừng khi họ được đi đến nhà thờ, thờ phượng Chúa. Một số khác thì rất sốt sắng hầu việc Chúa, có hy vọng trong Chúa nhưng ngược lại họ lại không nhịn nhục, chịu đựng mọi sự, họ nhanh chóng thay đổi tâm trí của họ. Bởi vì họ nản lòng, cầu nguyện không thấy Chúa đáp lời, chờ đợi ngày Chúa đến mà vẫn chưa xảy ra. Cho nên, sự sốt sắng ban đầu của họ đã nguội dần bởi những thử thách xảy đến với họ. Họ cố lập luận đức tin của mình theo quan điểm của họ, họ nhờ sức của mình mà làm việc.

Thật ra, chẳng có một ai biết được khi Đức Chúa Trời sẽ đến Ngài sẽ kêu gọi chúng ta bằng sự kêu gọi thuộc linh. Sự kêu gọi đến từ ân điển ban cho của Đức Chúa Trời. Chúng ta vẫn bị điều xấu điều khiển, vẫn là con của bạn nghịch là sa tan kiểm soát chúng ta cho đến khi chúng ta nhận được sự cứu rỗi. Hơn thế nữa, nếu bạn có hy vọng đi đến thành thánh mới là Giê-ru-sa lem là vương quốc Thiên đàng, trời mới đất mới thì bạn phải có bông trái của sự nhịn nhục.

Thi thiên thứ 126: 5-6 "Kẻ nào gieo giống mà giọt lệ, Sẽ gặt hái cách vui mừng. Người nào vừa đi vừa khóc đem giống ra rải, Ắt sẽ trở về cách vui mừng, mang bó lúa mình".

Đây là điều chắc chắn cho những ai gieo giống mà giọt lệ sẽ gặt hái cách vui mừng. Người nào vừa đi vừa khóc đem giống ra rải, ắt sẽ trở về cách vui mừng, mang bó lúa mình. Cũng vậy, những con mưa rất cần cho sự trồng trọt, nhưng nhiều lúc lại không có một hạt mưa nào, cánh đồng bị thất thu và mất mùa. Nhưng cuối cùng của mọi việc là chúng ta chắc chắn sẽ nhận được sự giàu có trong sự vui mừng, mang bó lúa về của mình là công lý của Đức Chúa Trời.

Đức Chúa Trời đợi một ngàn năm như một ngày để có được những người con cái thật sự và Ngài mang lại cho họ những đau khổ khi ban Con duy nhất của Ngài cho chúng ta. Chúa Giê-su chịu đựng đau khổ của thập tự giá, và Đức Thánh Linh cũng phải chịu những tiếng rên rỉ không thể tả được trong thời gian thử thách của con người. Tôi hy vọng bạn sẽ gặt hái được bông trái sự nhân từ.

Tôi hy vọng bạn sẽ trau dồi sự kiên nhẫn, tâm linh, và ghi nhớ tình yêu của Đức Chúa Trời, để bạn có thể đơm hoa kết trái phước lành khi ở trên trái đất và cũng như ở trên Thiên đường.

Lu ca 6: 36

"Hãy thương xót như cha các ngươi hay thương xót"

Không có luật pháp nào cấm các sự đó

Chương 6

NHÂN TỪ

Nhân từ là sự tha thứ và thấu hiểu người khác
Cần có một tấm lòng giống Chúa
Từ bỏ cái tôi để có lòng tốt
Thương xót kẻ khó khăn
Đừng chỉ trích người khác
Hãy hào phóng với mọi người
Tôn trọng danh dự người khác

NHÂN TỪ

Con người chúng ta hay than phiền rằng họ rất khó khăn để thấu hiểu người khác, họ đã cố gắng để hiểu, họ cố gắng để tha thứ cho một ai đó nhưng rốt lại vẫn không thể tha thứ. Nhưng nếu chúng ta có bông trái nhân từ thì chúng sẽ dễ dàng tha thứ cho người khác, và có chẳng có khó khăn gì để hiểu người khác, chúng ta sẽ chấp nhận một người bằng sự nhân từ, yêu thương họ, chúng ta không thể nói không thích một ai đó mà chẳng có một lý do và cũng không thể nói yêu một ai đó mà không có lý do. Chúng ta sẽ không nói không thích một ai đó và sẽ ghét bất kỳ ai. Tất cả chúng ta đều hướng đến điều tốt lành đừng để một ai đó phải thành kẻ thù của chúng ta.

Nhân từ là sự tha thứ và thấu hiểu người khác

Nhân từ cũng có nghĩa là tốt bụng, nhân từ chứa đựng một ý nghĩa khác đó là thương xót, và trong ý nghĩa thuộc linh sự nhân từ có nghĩa là " thấu hiểu chân lý mà người khác không thể hiểu theo cách của con người" và có một tấm lòng tha thứ cho những người mà người khác không thể tha thứ. Đức Chúa Trời ban cho con người có một tấm lòng thương xót. Thi Thiên thứ 130: 3 "Hỡi Đức Giê-hô-va, nếu Ngài cố chấp sự gian ác, Thì, Chúa ôi! ai sẽ còn sống?". Nếu Đức Chúa Trời không yêu thương chúng ta, không thương xót chúng ta và phán xét chúng ta theo sự công chính của Ngài thì chẳng có ai đứng trước mặt Ngài được, nhưng Ngài yêu những kẻ không đáng yêu, Ngài thương xót những kẻ không đáng thương xót. Hơn thế nữa, bởi vì yêu chúng ta nên Đức Chúa Trời đã ban con một của Ngài là Chúa Giê-su xuống thế chịu chết thay tội lỗi của chứng ta. Chúng ta tin Chúa Giê-su chúng ta trở nên con cái của Đức Chúa Trời, Đức Chúa Trời muốn chúng ta cũng phải có lòng thương xót và vun trồng tính cách đó trong con người chúng ta.

Lu ca 6: 36 "Hãy thương xót như Cha các ngươi hay thương xót".

Thương xót cũng đồng nghĩa với tình yêu thương nhưng cách để thể hiện thì có nhiều cách khác nhau. Nếu bạn có một tấm hay thương xót thì bạn sẽ yêu thương người khác, chấp nhận người khác và không có tư lợi, bạn sẵn sàng hy sinh cho người khác, đó gọi là tình yêu thuộc linh. Cũng vậy, thậm chú bạn có thể chấp nhận một ai đó mà người mà bạn ghét, một người bạn không thể chấp nhận được, một người thấp kém hơn mình. Bạn sẽ không ghét bất cứ ai những người mà bất đồng ý quan điểm với mình, và cũng không né tránh họ nhưng bạn có thể trở thành một người đáng tin cậy, một người có tấm lòng nhân hậu để người khác tin tưởng. Nếu bạn có một trái tim ấm áp yêu thương người khác thì bạn sẽ không chỉ trích và phán xét người khác, chỉ trích việc sai trái của họ, ngược lại bạn có thể che chở, bảo vệ họ, mục đích để bạn có được một mối liên hệ tốt với họ.

Một ngày nọ Đức Chúa Giê-su cầu nguyện thâu đêm tại ngọn núi Ô-li-ve, vừa rạng sáng Ngài đi vào đến thờ. Có đoàn dân đông đến và nghe Ngài giảng, trong đám đông đó có một số chống lại lời giảng của Ngài, xảy ra sự nổi loạn tại đền thờ. Trong đoàn dân đông đó cũng có người Thông giáo và người Pha-ri-si, họ đem đến cho Chúa Giê-su một người đàn bà. Người đàn bà nầy rất sợ hãi.

Những người Pha-ri-si và Thầy thông giáo nầy nói chuyện với Chúa Giê-su rằng; thưa Thầy, người đàn bà nầy đã phạm tội ngoại tình, và họ hỏi Chúa phải xử người đàn bà nầy như thế nào theo luật pháp? hay ném đá người nầy cho đến chết? Nếu Chúa Giê-su phán là hãy ném đá người đàn bà đó đi thì không đúng với lời Ngài dạy "Hãy yêu kẻ thù nghịch mình" nhưng nếu nói rằng hãy tha thứ cho cô ta đi thì trái với luật pháp. Có vẻ Chúa Giê-su rơi vào một tình huống rất khó khăn.

Tuy nhiên, Chúa Giê-su cúi xuống lấy ngón tay viết trên đất, Giăng 8:7" Vì họ cứ hỏi nữa, thì Ngài ngước lên và phán rằng: Ai trong các ngươi là người vô tội, hãy trước nhứt ném đá vào người". Khi đoàn dân nghe lời đó thì kéo nhau đi ra. Chỉ còn lại Chúa Giê-su và người đàn bà.

Giăng 8: 11 "Người thưa rằng: Lạy Chúa, không ai hết. Đức Chúa Jêsus phán rằng: Ta cũng không định tội ngươi; hãy đi, đừng phạm tội nữa". Ngài đã tha thứ tội lỗi cho cô ta. Không có ai có thể tha thứ cho người đàn bà đó mà chỉ có Chúa Giê-su mới có thể tha thứ cho cô ta, và ban cho cô ta một cơ hội để thay đổi, từ bỏ con đường tội lỗi. Đây gọi là một tấm lòng hay thương xót.

Cần có một tấm lòng giống Chúa

Thương xót thật nghĩa là chúng ta sẵn sàng tha thứ và yêu thương kẻ thù của mình. Cũng giống tình yêu của người mẹ dành cho người con của mình. Chúng ta chấp nhận tất cả mọi hạng người, mọi loại người. Thậm chí họ là những người hay phạm tội, người xấu, điều trước hết chúng ta phải yêu thương họ, thương xót họ chứ không phải chúng tìm cách hạ gục họ và phán xét họ. Chúng ta ghét tội lỗi nhưng không ghét tội nhân, chúng ta phải hiểu ai đó và cho họ cơ hội để thay đổi.

Giả sử có một người phụ nữ sinh ra một em bé, em bé sinh ra đã bị tàn tật và luôn luôn bị bệnh. Vậy thì người mẹ của em nầy sẽ cảm thấy như thế nào? Người mẹ nầy sẽ không bao giờ than phiền và tự nhủ với bản thân mình rằng tại sao tôi lại sinh ra một người con như thế nầy và tại sao tôi phải chịu khổ cực vì nó? Người mẹ nầy cành yêu đứa con của mình nhiều hơn, hy sinh, yêu thương, chăm sóc nó hơn những người có có sức khỏe bình thường.

Có một người mẹ sinh ra một người bị bệnh chậm phát triển về trí não. Người mẹ chăm sóc, nuôi nấng con của mình cho đến hai mươi tuổi và trí tuệ của cậu con trai nầy giống các em bé mới hai tuổi, người mẹ không bao giờ thờ ơ hay buồn bã về đứa con của mình, ngược lại người mẹ dành hết thời gian tình cảm cho người con của mình. Hơn thế nữa, người mẹ của cậu bé nầy không cảm thấy khó khăn khi phải chăm sóc người con bị bệnh về trí tuệ. Cô ta cảm thấy yêu thương và thương xót cho người con bị bệnh của mình. Nếu chúng ta có một tình yêu thương xót thì chúng ta không chỉ yêu con cái của mình mà còn yêu thương mọi người.

Chúa Giê-su khởi dạy Phúc âm về vương quốc Thiên đàng. Đối tượng giảng dạy của Ngài không chỉ dành cho thành phần giàu có và người có quyền lực mà còn giảng dạy cho kẻ nghèo, tàn tật, thậm chí là những kẻ thấp cùng nhất tại xã hội lúc bấy giờ hoặc những những kẻ có tội, người thâu thuế và những đĩ điếm. Điều nầy cũng giống Chúa Giê-su chọn mười hai môn đồ, nhiều người nghĩ rằng Chúa Giê-su sẽ chọn những người có tài, địa vị, quyền lực, giàu có, hoặc những người khôn ngoan, thông minh thì chắc chắn Chúa Giê-su giảng dạy họ sẽ nhanh chóng tiếp thu, nhưng Chúa Giê-su không chọn những thành phần đó. Ngài lựa chọn theo cách của Ngài, các môn đồ Ngài lựa chọn là Ma-thi-ơ, là người thâu thuế, Phi-e-rơ, Anh-rê, Gia-cơ, và Giăng, họ là những người làm nghề đánh cá.

Trọn chức vụ của Ngài, Chúa Giê-su cũng chữa lành nhiều căn bệnh. Một ngày nọ, tại hồ nước Bết-sai-đa, có một người nằm đó bị bệnh suốt thời gian ba mươi tám năm, người bệnh nầy bị mọi người xa lánh, và ghét bỏ. Người bệnh nầy nằm sải dài bên cạnh hồ Bết-sai-đa, anh ta sống trong sự đau đớn và tuyệt vọng, và cũng chẳng có một người nào quan tâm đến anh ta. Nhưng khi Chúa Giê-su đi ngang qua và Ngài hỏi người bệnh nầy rằng; ngươi có muốn ta chữa lành cho ngươi không? Và Chúa Giê-su đã chữa lành cho người bệnh nầy.

Chúa Giê-su cũng chữa lành cho một người đàn bà bị bệnh băng huyết suốt mươi hai năm, Ngài chữa lành người mù Ba-ti-mê, người mà sinh ra đã bị mù từ thuở nhỏ. Ma-thi-ơ 9: 20-22, Mác 10: 46-52. Bữa sau, khi Đức Chúa Giê-su đi đến một thành, gọi là Na-in. Khi Ngài đến cửa thành, họ vừa khiên ra một người chết, là con trai của một người mẹ góa kia. Lu-ca 7: 11-15.

Đức Chúa Giê-su hay chăm sóc cho kẻ góa bụa, kẻ nghèo hèn, và làm bạn với kẻ tàn tật cùng người thâu thuế, và những tội nhân. Một số người Pha-ri-si nhìn thấy vậy mà chỉ trích Ngài, sao Chúa Giê-su là ngồi ăn chung với người thâu thuế và kẻ xấu nết vậy?

Ma-thi-ơ 9:11 "Người Pha-ri-si thấy vậy, thì nói cùng môn đồ Ngài rằng: Làm sao thầy các ngươi ngồi ăn chung với người thâu thuế và kẻ xấu nết vậy?".

Ma-thi-ơ 9: 12-13 " Đức Chúa Jêsus nghe điều đó, bèn phán rằng: Chẳng phải là người khỏe mạnh cần thầy thuốc đâu, song là người có bịnh. 13 Hãy đi, và học cho biết câu nầy nghĩa là gì: Ta muốn sự thương xót, nhưng chẳng muốn của lễ.(y) Vì ta đến đây không phải để kêu kẻ công bình, song kêu kẻ có tội".

Chúa Giê-su không chỉ đến chữa lành và cứu chuộc cho những người giàu, người công chính và Ngài cũng đến để chữa lành và cứu chuộc cho những kẻ nghèo, góa bụa, người bệnh, tội nhân và thấp hèn của xã hội. Chúa Giê-su yêu những kẻ không đáng yêu, cứu những kẻ không đáng cứu, Ngài nhìn thấy đoàn dân bèn động lòng thương xót. Khi chúng ta có một tấm lòng yêu tội nhân, kẻ nghèo hèn hay những người giàu như Chúa Giê-su đã yêu thì chúng ta có bông trái của sự thương xót. Vậy thì làm thế nào để chúng có một tấm lòng hay thương xót?.

Từ bỏ cái tôi để có một tấm lòng tốt

Thế gian thường đoán xét người khác qua dáng vẻ bề ngoài của họ. Con người chúng ta thường thấy sang bắt quang làm họ thấy khó mà bỏ đi, họ tìm kiếm, kết bạn với những người giàu có và có quyền lực. Chúng ta là con cái của Đức Chúa Trời, chúng ta không được đoán xét người khác theo vẻ bề ngoài hay những hành động của họ. Chúng ta phải giúp đỡ, yêu thương đến những người nghèo, kẻ thấp hèn hơn chúng ta, chúng ta phải quan tâm đến họ, và cứu giúp họ với một tình yêu thương như Chúa Giê-su đã yêu họ.

Gia-cơ 2:1-4 "Hỡi anh em, anh em đã tin đến Đức Chúa Jêsus Christ, là Chúa vinh hiển chúng ta, thì chớ có tây vị người nào. 2 Giả sử có người đeo nhẫn vàng, mặc áo đẹp, vào nơi hội anh em, lại có người nghèo, quần áo rách rưới, cũng vào nữa; 3 nếu anh em ngó kẻ mặc áo đẹp, mà nói rằng: Mời ngồi đây, là chỗ tử tế; lại nói với người nghèo rằng: Hãy đứng đó, hoặc ngồi dưới bệ chân ta, 4 thế có phải anh em tự mình phân biệt ra và lấy ý xấu mà xét đoán không". 1 Phi-e-rơ 1:17 "Nếu anh em xưng Đấng không tây vị ai, xét đoán từng người theo việc họ làm, bằng Cha, thì hãy lấy lòng kính sợ mà ăn ở trong thời kỳ ở trọ đời nầy".

Nếu chúng ta có một tấm lòng thương xót người khác như Chúa Giê-su đã thương xót thì chúng ta sẽ không đoán xét họ, định tội họ, chỉ trích họ về ngoại hình bề ngoài của họ. Có những người họ sinh ra đã mang trong mình những căn bệnh hiểm nghèo, bệnh của xã hội, sinh ra đã bị thiếu khả năng nhận biết, có những người bị dị tật bẩm sinh, người bị câm, điếc, không có khả năng nói chuyện. Chúng ta có xa lánh và khinh bỉ họ không? Có chê cười họ không? Nếu có điều đó xảy ra với chúng ta thì chúng ta phải xem xét lại đời sống của mình vẫn còn cái tôi nào không? hoặc những rào cản thuộc linh nào không? Nếu bạn chứng kiến một ai đó nói chuyện hoặc kết bạn với những thành phần thấp hèn của xã hội thì bạn có thấy bực bội với họ không? Hoặc khinh thường họ và xa lánh họ? Bạn có bao giờ làm cho người khác thấy bối rối, hoặc xấu hổ vì những lý lẽ hung dữ của bạn hay một thái độ không lịch sự của bạn chưa?

Cũng vậy, một số người trong chúng ta thích ngồi lại, quây quần bên nhau để đoán xét hoặc lên án một ai đó khi bị định tội, bị luật pháp định tội. Trong câu chuyện về một người đàn bị phạm tội ngoại tình, mọi người bắt cô ta đem đến cho Chúa Giê-su, nhiều người đã lên án, chỉ trích, và phán xét người đàn bà tà dâm nầy, nhưng Chúa Giê-su bảo vệ và ban cho người đàn bà nầy một cơ hội để được cứu chuộc. Chúa yêu thương và thương xót những kẻ có tội.

Nếu bạn có một tấm lòng thương xót như Chúa Giê-su thì bạn cũng thương xót những kẻ bị trừng phạt, thương xót những tội nhân, những người nghèo. Bạn mong muốn hoặc ước ao tất cả họ đều được cứu, tin nhận Chúa Giê-su và có một cuộc sống bình an.

Thương xót những người khó khăn

Nếu chúng ta có tấm lòng thương xót thì chúng ta sẽ thương xót những người khó khăn và chúng ta cảm thấy phấn khởi, hào hứng khi chúng ta giúp đỡ họ. Chúng ta sẽ cảm thấy đời sống của chúng ta có ý nghĩa hơn và có giá trị hơn, chúng ta sẽ nói với chính bản thân mình rằng "Hãy yêu thương mạnh mẽ lên" không chỉ bằng lời mà bằng hành động. Chúng ta yêu họ không chỉ bằng lời nói mà còn bằng hành động.

1 Giăng 3:17-18 "Nếu ai có của cải đời nầy, thấy anh em mình đương cùng túng mà chặt dạ, thì lòng yêu mến Đức Chúa Trời thể nào ở trong người ấy được! Hỡi các con cái bé mọn, chớ yêu mến bằng lời nói và lưỡi, nhưng bằng việc làm và lẽ thật".

Gi-cơ 2:15-16 nói, "Ví thử có anh em hoặc chị em nào không quần áo mặc, thiếu của ăn uống hằng ngày, 16 mà một kẻ trong anh em nói với họ rằng: Hãy đi cho bình an, hãy sưởi cho ấm và ăn cho no, nhưng không cho họ đồ cần dùng về phần xác, thì có ích gì chăng? 17 Về đức tin, cũng một lẽ ấy; nếu đức tin không sanh ra việc làm, thì tự mình nó chết".

Bạn tình cờ gặp một người nghèo đói và khát, bạn không nên có suy nghĩ bản thân tôi cũng chẳng có gì, thành thật xin lỗi, chính bản thân tôi cũng chưa có thể lo cho bản thân thì làm sao tôi có thể giúp đỡ anh chị. Nhưng nếu bạn cảm thấy bản thân mình có một trách nhiệm giúp đỡ một ai đó, thương xót người khác thì bạn sẵn sàng chia sẻ những gì mình có cho người khác, không phải chúng ta chờ đợi khi chúng ta giàu có mới có thể giúp đỡ một ai đó, nếu bạn chờ tới ngày đó bạn sẽ khó khăn trong vấn đề giúp đỡ người khác khi bạn trở thành người giàu có, bạn hãy tập giúp đỡ người khác trong khi bạn chưa có gì. Hãy lợi dụng thì giờ vì những ngày là xấu, hãy làm việc lành, điều đó đẹp lòng Đức Chúa Trời.

Bạn phải trở nên như Chúa Giê-su, hãy sống như Ngài đã sống, hãy ở cùng với những người nghèo đói, hãy kết bạn cùng họ, hãy trở nên một phần đời sống của họ, hãy sống yêu những kẻ không đáng yêu, hãy thương những kẻ không đáng thương, và giúp họ giải quyết những vấn đề của họ. Đó là một tấm lòng thương xót. Đặc biệt là bạn nên quan tâm những người đang đùa với sự chết đời đời, đang đi vào địa ngục, họ là những người không tin Đức Chúa Trời. Chúa đặt để họ bên cạnh bạn, bên đời sống bạn, bạn có trách nhiệm dẫn họ tin nhận Chúa Giê-su và nhận được sự cứu rỗi.

Tại Manmin có một Hội Thánh lớn và được gọi là Hội Thánh trung tâm, một Hội Thánh đầy dẫy Đức Thánh Linh và quyền năng của Ngài, những công việc lớn của Đức Chúa Trời đang được thực thi tại đây. Nhưng đối với một người lãnh đạo Hội Thánh Chúa, tôi vẫn cầu xin quyền năng của Chúa bày tỏ trên tôi, hầu cho tôi có thể phục vụ Chúa hết cả tấm lòng và ý chí của tôi. Bởi vì tôi cũng đã từng kinh nghiệm sự nghèo đói, khát, cô đơn, sựu đau đớn và thậm chí mất định hướng, mất ý chí chỉ vì tôi mang trong mình những căn bệnh. Đối với một người lãnh đạo đã từng trải nghiệm những khổ đau của cuộc đời thì khi tôi nhìn thấy những người nghèo khó, đối diện bệnh tật, thử thách, mất hy vọng, tôi cảm thấy đau đớn, và tôi muốn giúp đỡ họ bằng mọi cách mà tôi có thể. Tôi hằng cầu nguyện với Đức Chúa Trời ban cho tôi một năng quyền để tôi có thể giúp đỡ người khác, tôi có một tấm lòng, một nhiệt huyết giúp đỡ và những người gặp khó khăn, gặp thử thách, tuyệt vọng và tôi ước ao được giúp họ thoát khỏi sự phán xét của Đức Chúa Trời, giúp họ hưởng được sự sống đời đời trên Thiên Đàng. Nhưng tôi tự hỏi một mình tôi thì làm thế nào tôi có thể giúp tất cả mọi người? Câu trả lời tôi nhận được đó là quyền năng của Đức Chúa Trời. Tôi chắc chắn rằng tôi không thể giúp hay giải quyết tất cả các vấn đề, nan đề của loài người, tôi không thể giải quyết được nan đề về bệnh tật, nghèo đói, giáo dục, nhưng tôi có thể giúp họ kinh nghiệm được một Đức Chúa Trời yêu thương, một Đấng nhân từ hay thương xót, đó là lý do tại sao tôi cố gắng để tỏ bày quyền năng của Đức Chúa Trời cho họ, nhiều người, nhiều dân tộc, nhiều nhóm dân sẽ có thể gặp Ngài và kinh nghiệm được Đức Chúa Trời.

Tuy nhiên, chỉ tỏ bày quyền năng của Đức Chúa Trời là chưa đủ để nhận được sự cứu rỗi, chúng ta còn phải dẫn họ đến với Chúa bằng đức tin, để họ nhìn thấy được quyền năng của Đức Chúa Trời, chúng ta còn phải quan tâm họ về cả về đời sống thuộc thể và thuộc linh cho đến khi họ có thể đứng vững trong Chúa, tăng trưởng, và lớn lên trong Chúa. Đó là lý do tại sao tôi làm tốt nhất bằng mọi cách mà tôi có thể, Hội Thánh chúng tôi có quỹ tài trợ cho những người nghèo khó.

Chúng ta không chỉ giúp họ nhận biết Chúa về mặt thuộc linh mà còn giúp đỡ họ về mặt thuộc thể. Châm ngôn 19: 17 "Ai thương xót kẻ nghèo, tức cho Đức Giê-hô-va vay mượn; Ngài sẽ báo lại việc ơn lành ấy cho người". Nếu bạn yêu những kẻ không đáng yêu bằng tình yêu của Chúa đã yêu họ thì chắc chắn rằng Đức Chúa Trời sẽ ban phước lành cho bạn.

Đừng chỉ trích người khác

Nếu chúng ta yêu một ai đó thì chúng ta sẵn sàng giúp đỡ họ và khuyên khích họ. Nếu những người làm cha mẹ, khi những đứa con của họ phạm lỗi, họ không la mắng, đánh đập đứa con của mình thay vào đó sự tha thứ và yêu thương, dẫu nhận biết được mình phạm lỗi nhưng vẫn được cha mẹ tha thứ thì những đứa con của họ sẽ tự ý thức nhận lỗi.

Cũng vậy, nếu chúng ta có một tấm lòng thương xót thì chúng ta sẽ không vội vàng mắng nhiếc, chỉ trích người khác. Chúng ta sẽ dùng sự mềm mại mà khuyên lơn họ với một tấm lòng chân thành, yêu thương.

Châm ngôn 12: 18 "Chánh những người ấy thật phục mưu làm đổ huyết mình ra, Và núp rình hại mạng sống mình".

Những người làm mục sư hay là lãnh đạo Hội Thánh phải luôn nhịn nhục và mềm mại trong từng lời nói, suy nghĩ và hành động. Bạn có thể dễ dàng chỉ trích một ai đó kèm theo lời nói "bạn là một người không thành thật, trong bạn luôn có sự giả dối, bạn sống không đẹp lòng Chúa". Bạn chỉ trích họ, chê bai họ, phán xét họ, bởi vì bạn không có tình yêu thương đối với họ. Thành ra bạn trở thành một người hay gây vấp phạm cho người khác, đến một lúc nào đó, bạn đến nói chuyện và khuyên người khác, mặc dẫu lời khuyên của bạn đúng và hợp lý nhưng chẳng có ai nghe bạn, bởi vì tình yêu trong bạn không đủ để thay đổi được một người, cảm hóa được một người. Ai đó sẽ cảm thấy đau đớn về những lời nói của bạn, và thất vọng, mất đi phương hướng, không có mục đích sống.

Đôi khi một vài con cái Chúa tại Hội Thánh, họ đến bên tôi và yêu cầu tôi chỉ ra những điều xấu trong họ, những việc làm chưa đúng, để rồi họ có thể nhận ra và thay đổi. Họ đến với tôi và tâm sự, họ muốn thay đổi những điều xấu vẫn còn tồn tại trong tấm lòng của họ. Tôi im lặng và cẩn trọng trong khi nói, ngay lập tức họ phản ứng lại và tự giải thích về con người mình. Thật khó khăn để cho một lời khuyên, chẳng dễ dàng cho tôi khi phải cho lời khuyên trong mọi trường hợp, nếu họ đã đánh mất Đức Thánh Linh trong đời sống của họ thì tôi tin chắc rằng bạn biết điều gì xảy ra trong tấm lòng họ.

Đôi khi tôi vẫn cho lời khuyên, chỉ ra những điều sai phạm mà con cái Chúa hay thường mắc phạm, mục đích là để họ nhận được sự hướng dẫn từ Đức Chúa Trời để họ có thể giải quyết được các vấn đề của họ. Tôi luôn cầu nguyện cho họ, hy vọng họ sẽ không bị tuyệt vọng và đau khổ.

Chính Chúa Giê-su cũng chỉ ra tội lỗi của người Pha-ri-si và thầy Thông giáo nhưng họ phát lờ đi lời dạy của Chúa, Chúa Giê- su yêu thương họ và Ngài ban cho họ một cơ hội để ăn năn, thay đổi. Các Thầy thông giáo và Pha-ri-si họ là thầy của dân Y-sơ-ra ên. Cho nên, chỉ có họ nói với dân sự, chỉ có dân sự là người phải nghe họ chứ họ không nghe ai nói, bạn không nên nói những lời nói có ý chống đối người khác hoặc chống lại người, điều đó chẳng đem lại ích lợi cho bạn. Khi bạn khuyên nhủ một ai đó bạn nên dùng tình yêu chân thật từ bạn, tôn trọng suy nghĩ của người khác, quan điểm của họ và quan tâm đến tâm hồn của họ vì điều đó là cần thiết cho một người tâm vấn.

Hãy hào phóng với mọi người

Thông thường con người chúng ta thích ban cho hoặc hào phóng với những người chúng ta yêu, người thân của chúng ta. Thậm chí khi họ cho ai đó mượn hoặc giúp đỡ thì họ luôn mong và phải nhận lại. Lu-ca 6:32 "Nếu các ngươi yêu kẻ yêu mình, thì có ơn chi? Người có tội cũng yêu kẻ yêu mình. 33 Nếu các ngươi làm ơn cho kẻ làm ơn mình, thì có ơn chi? Người có tội cũng làm như vậy".

Khi ban cho mà chúng ta không mong để nhận lại thì đó gọi là tình yêu hay thương xót, trái Thánh Linh hiện diện trong bạn. Chúa Giê-su biết Giu-đa sẽ phản Ngài, Chúa chỉ thử tấm lòng của Giu-đa và cũng như các môn đồ khác. Chúa Giê-su đã cho Giu-đa nhiều lần cơ hội để ăn năn và nhận biết tội lỗi của mình. Thậm chí khi Ngài hy sinh trên thập giá, Ngài vẫn cầu nguyện cho những con người chối bỏ Ngài, không yêu Ngài. Lu-ca 23: 34 "Song Đức Chúa Jêsus cầu rằng: Lạy Cha, xin tha cho họ, vì họ không biết mình làm điều gì. Đoạn, họ bắt thăm chia nhau áo xống của Ngài". Tình yêu hay thương xót mọi sự và không mong chờ để mình nhận lại được những gì mà đã ban cho.

Sách Công vụ các sứ đồ, cho chúng ta thấy một nhân vật tên là Ê-tiên là người có tấm lòng thương xót, tình yêu thương. Ê-tiên không phải là sứ đồ nhưng Ê-tiên dẫy đầy quyền năng và ơn của Đức Chúa Trời, làm những dấu kỳ phép lạ rất lớn trong dân. Có một nhóm người quê ở Sy-ren, cùng người xứ Giu-đa ở si-li-si cãi lẫy cùng Ê-tiên. Song chúng không lại nổi với trí khôn người cùng với Đức Thánh Linh, là Đấng nhờ người mà nói.

Công vụ 6: 15 "Bấy giờ, phàm những người ngồi tại tòa công luận đều ngó chăm Ê-tiên, thấy mặt người như mặt thiên sứ vậy". Người Do thái nghe lời giảng luận của Ê-tiên thì trở nên tức giận, đem Ê-tiên ra ngoài cổng thành, và ném đá người cho đến chết. Trong khi bị ném đá, Ê-tiên vẫn cầu nguyện cho họ . Công vụ 7: 60 "Đoạn, người quì xuống, kêu lớn tiếng rằng: Lạy Chúa, xin đừng đổ tội nầy cho họ! Người vừa nói lời đó rồi, thì ngủ".

Ê-tiên không oán hận họ, không ghét họ, chống lại họ, và cũng không phàn nàn với Đức Chúa Trời, E-tiên nhìn họ mà động lòng thương xót. Ê-tiên đã bày tỏ tình yêu của Đức Chúa Trời cho mọi người với một tình yêu thương như Chúa đã yêu Ê-tiên.

Làm thế nào để bạn vun trồng, tăng trưởng về một trái tim biết yêu thương, quan tâm người khác? Bạn có đang ghét bỏ ai đó không? Hoặc có người nào mà bạn không thích không? Bạn nên yêu thương và chấp nhận họ, chấp nhận cả tính cách, quan điểm và con người của họ. Hãy luôn suy nghĩ đến ích lợi cho người khác trước hết. Có như vậy bạn có thể thay đổi cảm xúc và suy nghĩ của họ. Có đôi lúc bạn thầm nghĩ rằng tại sao những con người nầy lại có mặt trên thế gian nầy? Tôi thấy họ thật đáng ghét, mỗi lần thấy họ bạn cảm thấy khó chịu và chẳng thoải mái. Nhưng bạn cũng có thể suy nghĩ cách khác, ví dụ, bạn hãy suy nghĩ tích cực thay vì tiêu cực, thay đổi cảm giác không thích thành cảm giác thích. Cách để bạn thay đổi một ai đó là bạn phải có tấm lòng thương xót họ và cầu nguyện cho họ.

Tôn trọng danh dự người khác

Chúng ta muốn có một tấm lòng thương xót thì chúng ta phải thực hành, phải tôn trọng giá trị của người khác, khi một người làm việc với chúng ta một cách hết lòng, chúng ta phải ca ngợi họ, khích lệ họ. Bên cạnh đó, chúng ta cũng phải chấp nhận sự than phiền từ người khác, và những việc làm sai trái của họ, Bất cứ ở trong trường hợp nào bạn nên chấp nhận họ và khích lệ những công lao của họ, hãy tỏ lòng vui mừng khi được làm việc với họ, suy nghĩ cho người khác, cho họ nhận thấy bản thân họ là người có giá trị cho Chúa, công việc Chúa cần họ. Khi họ nhận thấy được bản thân mình là một người có giá trị, họ cảm thấy bản thân sẽ tự tin hơn, làm việc siêng năng hơn, chăm chỉ hơn và họ biết ca ngợi Chúa.

Cảm xúc của một người mẹ như thế nào khi bản thân mình làm hết mọi việc cho con cái của mình, dành hết mọi điều tốt đẹp cho con cái của mình? Có người mẹ nào hay than phiền khi bản thân mình giúp đỡ hay chăm sóc con cái của mình không? Chắc chắn là không, mọi điều người mẹ là vì ích lợi cho con cái. Cũng vậy, những người làm mẹ sẽ rất hạnh phúc khi nghe được những lời khen ngợi từ người khác về người con của mình, đại khái là con của chị rất dễ thương, xinh đẹp. Lúc nầy người làm mệ vô cùng hạnh phúc vì nghe những lời nói người khac về con của mình.

Điều nầy đồng nghĩa với chúng ta, nếu chúng ta có một tấm lòng thương xót, thì chúng ta sẽ đặt để những lợi ích của người khác trước hết, suy nghĩ cho người khác. Chúng ta sẽ cùng với mọi người ca ngợi Đức Chúa Trời. Sự thương xót là bản tánh của Đức Chúa Trời, Ngài là nguồn của tình yêu thương và lòng thương xót. Chúng ta không chỉ đầy dẫy lòng thương xót mà mỗi một chúng ta phải có bông trái của Thánh Linh, là một tình yêu hoàn hảo của Đức Chúa Trời. Đức Chúa Trời là Đấng của tình yêu thương, vui mừng, bình an, nhịn nhục, và tất cả các bông trái khác.

Các bông trái linh thiêng đã chín muồi ở trong bạn, bạn sẽ trở nên xinh đẹp hơn, và Đức Chúa Trời sẽ không thể chứa tình yêu của Ngài dành cho bạn. Ngài sẽ vui mừng vì bạn nói rằng bạn là những con trai và con gái của Ngài, những người giống Chúa. Nếu bạn trở thành con cái của Đức Chúa Trời, làm đẹp lòng Ngài, bạn có thể nhận được bất cứ điều gì bạn cầu xin trong lời cầu nguyện, và ngay cả những điều bạn đang lưu giữ trong tấm lòng của bạn, Đức Chúa Trời biết và sẽ và trả lời bạn. Tôi hy vọng tất cả các anh chị em sẽ hoàn toàn chịu đựng các hoa trái của Chúa Thánh Thần và xin Chúa trong mọi sự, để anh em được tràn trề với ơn phước và được vinh danh trong Nước Trời như những đứa trẻ hoàn toàn giống Thiên Chúa. Bởi vậy, để có được bông trái của Thánh Linh trọn vẹn đồng nghĩa chúng ta phải giống như Đức Chúa Trời, phải có một tấm lòng như Đức Chúa Trời, Ngài là Đấng hoàn hảo.

Phi-líp 2: 5

"Hãy có đồng một tâm tình như Đấng Christ đã có".

Không có luật pháp nào cấm các sự đó

CHƯƠNG 7

HIỀN LÀNH

Bông trái hiền lành
Tìm kiếm sự tốt lành trong Đức Thánh Linh
Hãy trở nên tốt lành theo tấm gương của người Sa-ma-ri
Đừng tranh cãi và khoe khoang
Đừng làm điều ác
Năng quyền để làm điều lành

HIỀN LÀNH

Vào một buổi tối nọ, có một chàng thanh niên mặc chiếc áo rách nát và cũ kỹ bước theo cặp vợ chông trung niên đi vào khách sạn để thuê phòng. Đôi vợ chồng trung niên thấy chàng thanh niên nầy nên tội nghiệp và hai người thuê cho anh ta một cái phòng ngoài. Nhưng chàng thanh niên trẻ tuổi nầy vô cùng lười biếng và anh ta trở thành ma men, say sưa tối ngày. Chính vì lý do đó nhiều người muốn tống khứ anh ta đi thật xa. Đối với cặp vợ chồng tráng niên thì vẫn yêu thương anh nầy, hằng ngày cho anh ta thức ăn, nước uống, và vừa rao giảng Phúc âm cho anh ta. Lời Chúa đã đụng chạm đến tấm lòng của a chàng thanh niên nầy, bởi tình yêu thương của cặp vợ chồng tráng niên đã đối đãi anh ta như một người con của họ, không hề chán bỏ anh ta, yêu ta thật lòng. Cuối cùng, chàng thanh niên đã chấp nhận tin Chúa và trở thành một tay đánh lưới người.

Bông trái hiền lành

Chúng ta không chỉ mang trong mình bông trái của sự tốt lành bên trong tấm lòng của chúng ta mà chúng ta phải bày tỏ điều đó qua hành động, giống như cặp đôi vợ chồng tráng niên kia không từ bỏ chàng thanh niên, vẫn yêu thương cậu ấy cho đến cuối cùng, tình yêu thương thật là chúng ta không bỏ rơi kẻ nghèo hèn và những người vô gia cư.

Nếu chúng ta có bông trái nhân từ, chúng ta sẽ sống một đời sống làm vinh hiển danh Chúa, tỏa ngát hương thơm của Đức Chúa Trời khắp mọi nơi. Những người hàng xóm, láng giềng của chúng ta sẽ nhìn thấy Đức Chúa Trời qua đời sống chúng ta, chiếu sáng mặt Ngài và làm vinh hiển danh Đức ChuaS Trời.

Hiền lành là giá trị của sự mềm mại, ân cần, tử tế, và đức hạnh. Theo cái nhìn của Thánh linh, hiền lành là cái đến từ Đức Thánh Linh, đến từ chân lý. Nếu chúng ta đầy dẫy tình yêu thương, thì chúng ta sẽ có một tấm lòng thánh khiết, và không tì vết như Đức Chúa Trời. Nhiều lúc Cơ Đốc nhân, họ không nhận được Đức Thánh Linh, và họ cảm thấy khó khăn để bày tỏ sự tốt lành cho người khác, đối đãi tốt lành với người khác. Người thế gian dựa vào tấm lòng của mình để đoán xét, nhận định, phân biệt điều thiện hay điều ác. Nhưng nếu họ mà không có lương tâm họ cho rằng bản thân họ là những người công bình và chân chính, lương tâm của người nầy khác với lương tâm người kia. Để hiểu được sự tốt lành là bông trái của Đức Thánh Linh, trước hết chúng ta phải hiểu lương tâm con người.

Tìm kiếm sự tốt lành trong Đức Thánh Linh

Một vài con cái Chúa có đời sống mất niềm vui, họ phạm tội, và xa cách Chúa, nhưng qua những tháng ngày nghe lời Chúa, lời Chúa tác động đến tấm lòng của họ và họ được thay đổi, lương tâm của họ được thay đổi, họ được lớn lên, tăng trưởng trong đức tin và ham mến học lời của Đức Chúa Trời, và họ nhận ra rằng để thoát khỏi sự đoán xét của Đức Chúa Trời là phải vâng lời và làm theo lời Ngài.

Sự chuẩn mực của lương tâm là mối liên hệ giữa điều thiện và điều ác, điều nầy được thiết lập dựa trên cái bản ngã xác thịt, con người cũ của chúng ta. Bản chất của một con người được hình thành từ những yếu tố sinh ra tại đâu? Môi trường lớn như thế nào? Điều đó quyết định nhân cách của một con người. Thông thường những trẻ em sinh ra tại môi trường tốt lành thì họ sẽ nhận được một đời sống tốt. Cũng vậy, người nào mà được lớn trong môi trường tốt lành, họ sẽ nhìn thấy nhiều điều tích cực, mọi thứ đều tốt đẹp, và hình thành sự nhận thức chuẩn mực, có một lương tâm tốt. Mặt khác người nào mà sinh ra trong một môi trường không lành mạnh, một môi trường dạy người ta làm những điều xấu.

Hơn thế nữa, lớn lên trong gia đình có cha mẹ thường tranh cãi, ly dị, ly hôn.vv, chắc chắn rằng các em sẽ bị những điều xấu tác động và hình thành những con người xấu, tấm lòng của họ, sự nhận thức của họ, lường tâm của họ chứa đựng những điều xấu.

Ví dụ, khi chúng ta dạy dỗ trẻ em từ nhỏ về sự trung thực, chân chính, khi họ nói dối lương tâm của họ thấy khó chịu, và bất an. Nhưng những trẻ em nào lớn lên trong một môi trường nói dối, ăn cắp, chưởi thề thì họ cảm thấy chuyện đó bình thường, vì đó là cuộc sống của họ. Họ không cho rằng mình là kẻ nói dối, nói dối là tốt, chẳng có vấn đề gì, lương tâm của họ chứa đựng những điều xấu, họ chẳng có sợ hãi gì những điều họ làm và cũng chẳng có rắc rối gì.

Để hình thành một con người tốt, tính cách tốt, những người làm cha mẹ cực kỳ quan trọng, con cái của họ sẽ học tập từ cha mẹ mình, cha mẹ là tấm gương để họ hướng đến. Bênh cạnh đó, cũng có một số trẻ em chỉ vâng lời cha mẹ khi họ đối diện với cha mẹ, sợ cha mạ la, nên họ sợ, họ chỉ sợ trước mắt, nhưng họ kính sợ cha mẹ khi không hiện diện trước mặt cha mẹ. Thậm chí, có những trẻ em được nuôi dạy từ một gia đình nhưng chúng hình thành tích cách khác nhau, lương tâm nhận thức của họ cũng khác nhau.

Lương tâm của mỗi người sẽ hình thành khác nhau, nó phụ thuộc vào giá trị xã hội và kinh tế nơi chúng ta được sinh ra và lớn lên. Mỗi xã hội có một hệ thống giá trí khác biệt, chúng ta không thể lấy giá trị của một xã hội cách đây 100 năm, 50 năm mà định giá cho sự chuẩn mực nào đó vào thời ngày nay. Ví dụ, vào thập niên 60, những nước phát triển, họ mua bán nô lệ xem như là một việc làm hợp pháp, họ không cho rằng đó là sai trái, nô lệ thì phải làm việc và làm việc. Hơn thế nữa, cách đây ba mươi năm, vấn đề ăn mặc hở hang, khoe thân thể là một chuyện không thể xẩy ra vào thời điểm đó, lương tâm và sự nhậ thức của người phụ nữ vào thời đó là không cho phép bản thân họ làm như vậy. Như tôi đã đề cập ở trên, lương tâm của mỗi người phụ thuộc vào môi trường nơi chúng ta sinh ra và lớn lên, mỗi cá nhân, những vùng khác nhau và thời gian. Theo lương tâm của mỗi người họ sẽ cho rằng những việc làm, suy nghĩ của họ là tốt, tuy nhiên, họ không cho tất cả đều là tốt lành.

Chúng ta là con cái của Đức Chúa Trời, chúng ta phải trở nên giống như Chúa chúng ta, chúng ta phải phân biệt được đâu là thiện, đâu là sự ác. Qủa thật, để phân biệt điều nào xấu điều nào tốt, điều nào đúng, điều nào sai trong thời đại ngày nay là vô cùng khó, nhưng chúng ta có thể làm điều đó vì húng ta có lời của Chuá giúp chúng ta định giá và phân biệt. Lời Chúa hôm qua, hôm nay và mai sau không hề thay đổi, và luôn phù hợp cho mọi thời đại.

Lương tâm của chúng ta có Đức Thánh Linh hướng dẫn để chúng ta có được bông trái của sự tốt lành trong đời sống, đó là những điều làm hài lòng Đức Thánh Linh và tìm kiếm điều tốt lành. Chúng ta không thể nói rằng mình có sự tốt lành ở trong tấm lòng mà lại không hành động, không kết trái cho Chúa.

Trong Ma-thi-ơ 12: 35 "Người lành do nơi đã chứa điều thiện mà phát ra điều thiện; nhưng kẻ dữ do nơi đã chứa điều ác, mà phát ra điều ác".

Châm ngôn 22:11 "Kẻ nhạo báng bị phát, người ngu dại bèn trở nên khôn ngoan; khi khuyên dạy người khôn ngoan, người nhận lãnh sự tri thức"

Những câu Kinh Thánh ở trên nhấn mạnh sự tìm kiếm sự tốt lành, chúng ta cũng vậy. Chúng ta phải tỏ bày sự tốt lành bằng hành động, bất cứ nơi nào chúng ta đi, nơi nào chúng ta làm việc, bất cứ ai chúng ta gặp, chúng ta phải tỏ bày tấm lòng yêu thương, tha thứ họ, cùng với những lời nói khích lệ, ân hậu luôn, điều nầy cũng giống một người xịt nước hoa, mùi thơm của nước hao lan tỏa khắp chốn, những điều tốt lành chúng ta làm, chúng ta sẽ làm sáng danh Chúa và vinh hiển danh Ngài.

Những người có tấm lòng tốt luôn đem đến sự tốt lành cho mọi người, vì vậy có nhiều người mong muốn mình trở thành người đó, và chỉ muốn trở thành bạn bè với người đó. Họ thích lắng nghe chân lý, học hỏi chân lý. Bất cứ nơi nào họ đặt chân đến nơi đó ấm áp tình yêu thương. Ngược lại, có những người họ không thể làm việc tốt cho bất cứ một người nào, chỉ bởi vì tính cách khác biệt. Họ lớn lên trong một môi trường khác hẳn với những người có tấm lòng tốt, được lớn lên trong một môi trường tốt. Tuy nhiên, không hẳn họ không muốn làm điều tốt, họ vẫn cố gắng thực hiện điều đó. Nếu bạn chỉ thích kết bạn và tìm kiếm đối tác với những con người tốt lành, còn những người xấu thì bạn luôn né tránh, xa lánh họ, điều đó có thể gọi là sự tốt lanh không?

Trong mối quan hệ chúng ta không chỉ học những bài học từ những người thành công mà chúng ta cũng phải học từ những người thất bại. Hơn thế nữa, chúng ta không chỉ học bài học từ những người tốt mà cũng học những bài học từ người xấu. Ví dụ, khi bạn tiếp xúc với một người hay có tính nóng giận, và hay tranh cãi với người khác thì bạn cũng có thể học từ họ, bạn sẽ rút ra những kinh nghiệm từ họ để bản thân mình biết kiểm soát hành vi của mình, và bạn biết được lý do tại sao bạn không nên nóng giận. Chúng ta có thể học tất cả từ mọi hạng người. Nhiều lúc bạn nghĩ bạn là một người tốt nhưng khi bạn kiểm tra lại bản thân có thật sự tốt không? Bạn có thường xuyên thực hành những điều tốt lành không?

Hãy trở nên tốt lành theo tấm gương của người Sa-ma-ri

Tại điểm này, những điều tốt lành từ Thánh Linh là gì? Đó là những điều tốt lành đến từ Thánh Linh, đến từ chân lý. Đức Chúa Trời là Đấng tốt lành, là cội rễ của sự tốt lành. Chúng ta có thể nhận biết điều nầy trong Kinh Thánh Phi líp 2: 1-4

"Vậy,, trong Đấng Christ có điều yên ủi nào, nếu vì lòng yêu thương có điều cứu giúp nào, nếu có sự thông công nơi Thánh Linh, nếu có lòng yêu mến và lòng thương xót, thì anh em hãy hiệp ý với nhau, đồng tình yêu thương, đồng tâm, đồng tư tưởng mà làm cho tôi vui mừng trọn vẹn. Chớ làm sự chi vì lòng tranh cạnh hoặc vì hư vinh, nhưng hãy khiêm nhường, coi người khác như tôn trọng hơn mình. Mỗi một người trong anh em chớ chăm về lợi riêng mình, nhưng phải chăm về lợi kẻ khác nữa".

Người nào sanh ra bông trái Thánh Linh thì luôn luôn tìm kiếm sự tốt lành của Đức Chúa Trời. Anh ta sẵn sàng giúp đỡ người khác, hỗ trợ người khác, vui mừng khi được giúp đỡ mọi người. Đời sống của họ hay khiêm nhường, không lên mình kiêu ngạo những gì mình có, mềm mại và nhẹ nhàng trong từng lời nói. Khiếm tốn, nhã nhặn với mọi người, không phân biệt người giàu có hay nghèo hèn, thông minh hay ngu dốt, bởi sự nhân từ, hiền lành, anh ta được mọi người tôn trọng và trở thành bạn tốt với tất cả mọi người.

Thậm chí, cho dù người khác chống đối, chỉ trích anh ta nhưng anh ta vẫn yêu họ bằng một tình yêu vị tha. Giúp đỡ họ và luôn khiêm nhường, với một tấm lòng nhân hậu, sự phục vụ hết mình, anh ta đã chiếm được tấm lòng của nhiều người và có được sự hòa bình với mọi người. Anh ta không chỉ trung tín trong công việc của mình mà còn nhiệt tình giúp đỡ người khác. Trong Lu-ca chương 10, chúng ta được học về một câu chuyện người Sa-ma-ri.

Có một người đàn ông đi từ thành Giê-ru-sa- lem xuống thành Giê-ri-cô. Có một toán cướp rình rập bên đường. Bọn chúng đánh đập anh ta, cướp tài sản rồi bỏ chạy. Chúng bỏ ông nằm trên đường. Một lúc sau, có một thầy tế lễ đi xuống đường đó.

Ông gặp một người đang nằm trên đường thì để ý thấy người này đang rất cần được giúp đỡ, nhưng rồi bỏ đi. Kế đó, một người khác làm việc trong đền thờ cũng đi ngang qua. Ông ta cũng thấy người đàn ông đang nằm giữa đường, nhưng vẫn không giúp đỡ. Có một người Lê-vi đi ngang qua và cũng nhìn thấy anh bị cướp nằm ngoài đường nhưng người Lê-vi đi luôn. Thầy tế lễ và người Lê-vi họ là những người biết về lời Đức Chúa Trời và là người phục vụ Đức Chúa Trời. Họ là những người hiểu biết lời của Đức Chúa Trời hơn bất cứ người nào, và họ đang tự cao về chức vụ và uy quyền của mình.

Khi họ tìm kiếm ý muốn của Đức Chúa Trời nhưng họ lại không bày tỏ những điều Chúa muốn họ làm mà họ chỉ sống bằng hình thức vẻ bề ngoài. Tất nhiên, họ có lý do chính đáng của họ khi mà không thể giúp người bị cướp ở câu chuyện trên. Nhưng nếu họ có một tấm lòng nhân từ, tốt bụng thì họ sẽ không làm ngơ khi nhìn thấy người mà bị cướp, nằm dài trên đường chờ chết.

Cuối cùng, có một người Sa-ma-ri cưỡi lừa đi xuống đường đó. Khi thấy người đàn ông bị thương nằm trên đường, ông ta động lòng thương xót. Ông lấy dầu và rượu xức lên các vết thương và lấy vải sạch băng bó lại. Kế đó ông đặt người đàn ông bị thương lên lưng lừa rồi đưa đến một quán trọ. Ông đã ở lại với người bị thương suốt đêm đó.

Sáng hôm sau, người Sa-ma-ri đi gặp chủ quán trọ. Ông gởi một ít tiền cho người chủ và nói: "Hãy chăm sóc cho người này. Nếu số tiền tôi đưa không đủ thì tôi sẽ trả thêm khi trở lại".

Nếu người Sa-ma-ri có một tấm lòng ích kỷ, anh ta chẳng có một lý do gì mà phải cứu giúp người bị cướp. Vì anh ta quá bận rộn, anh ta có quá nhiều việc phải làm, và người bị cướp chẳn liên quan đến gì anh ta, chẳng có mối liên hệ nào, hoặc anh ta chỉ có thể cho người bị cướp nầy một ít tiền, không cần thiết phải đưa đi nhà trọ và chăm sóc anh ta, và phải tốn một khoản chi phí chữa trị cho kẻ bị cướp. Hoặc người Sa-ma-ri cũng có thể nhờ người khác giúp đỡ, và anh ta có lý do chính đáng của mình.

Vì anh ta có một trái tim nhân từ, cho nên anh ta không thể làm ngơ khi gặp người cần sự giúp đỡ, gặp người đang chờ chết. Thậm chí anh ta sẵn sàng mất thời gian, mất tiền, chịu khổ để cứu người bị cướp ở ngoài đường kia, anh ta không thể làm ngơ vì người bị cướp cần sự giúp đỡ của anh ta. Qủa thật, người Sa-ma-ri nhân lành nầy sẽ nhận được một đời sống thịnh vượng trong tương lai.

Người Sa-ma-ri có suy nghĩ và tự hỏi bản thân mình rằng; chuyện gì đang xảy ra với người đàn ông đang bị thương kia? Tôi có nên cứu anh ta không ngay cả khi tôi chịu tổn thất?. Đức Chúa Trời đang theo dõi tôi và làm sao tôi có thể làm điều đó? Bông trái Thánh Linh tốt lành trong tấm lòng của chúng ta thì chúng ta không thể chịu đựng được nếu chúng ta không chọn lựa sự tốt lành. Ngay cả khi chúng ta có cảm giác ai đó lừa chúng ta thì chúng ta vẫn chọn sự tốt lành giúp đỡ họ.

Đừng tranh cãi và khoe khoang

Trong Ma-thi-ơ 12: 19-20 "Người sẽ chẳng cãi lẫy, chẳng kêu la, và chẳng ai nghe được tiếng người ngoài đường cái. Người sẽ chẳng bẻ cây sậy đã gãy, chẳng tắt ngọn đèn gần tàn, cho đến chừng nào người khiến sự công bình được thắng".

Chúa Giê-xu là Đấng tốt lành, nhân từ, yêu thương. Trong chức vụ của mình Chúa Giê-xu không nóng giận, hoặc quở trách bất cứ ai. Từ thời niên thiếu Ngài đã vâng lời lời Của Đức Chúa Trời. Hơn thế nữa, Chúa Giê-xu không những là Đấng của bông trái tốt lành, trái đầu mùa mà Ngài còn rao giảng Phúc âm và chữa lành nhiều bệnh tật.

Chúa Giê-su nhìn thấy đoàn dân Ngài động lòng thương xót, vì họ đang làm nô lệ cho tội lỗi, Chúa Giê-xu không ghét họ, Ngài yêu họ và khởi giảng vương quốc Thiên Đàng cho họ. Chưa có một lời nói hành, hay quở trách ra từ miệng Ngài.

Khi chúng ta vượt qua một giai đoạn mới trong đức tin của thì chúng ta mới nhận ra bản thân mình hiểu biết lời Chúa ở một mức độ nào đó. Chúng ta có thể kiềm chế và kiểm soát được hành vi của mình trong trường hợp bị người khác hiểu lầm, chúng ta sẽ không phản ứng lại như một người chưa thay đổi. Chúng ta hiểu rằng việc tranh cãi chẳng đem bất cứ lợi ích gì đến với chúng ta. Bởi vậy, khi chúng ta cảm thấy không thoải mái trong mối quan hệ thì điều đó dễ dẫn đến việc tranh cãi. Nếu đã xảy xung đột thì sự hòa bình không còn.

Nếu chúng ta mang trong mình những sự cay đắng và sự nói dối, khó chấp nhận người khác, không chịu lắng nghe người khác, sự kiêu ngạo thì chúng ta dễ dàng nóng giận, dễ dàng gây ra tranh cãi với người khác, và đó cũng là những nguyên nhân tạo nên sự xung đột.

Một miếng bông mềm sẽ không gây ra bất kỳ tiếng ồn nào khi bị va chạm với bất kỳ vật gì. Ngay cả khi chúng ta lắc một ly thủy tinh chứa nước tinh khiết và trong lành, thì nước vẫn giữ được nguyên chất và trong sạch. Điều đó cũng như tấm lòng của chúng ta, nếu sự bình an trong tâm trí chúng ta bị phá vỡ và một số cảm giác khó chịu xuất hiện trong hoàn cảnh đó, thì đó là cái ác vẫn tồn tại trong tấm lòng của chúng ta.

Chúa Giê-su đã làm những phép lạ chữa lành bệnh cho kẻ tàn tật, kêu người chết, mở mắt cho kẻ bị mù, đoàn dân chứng kiến việc đó thì họ kinh hoàng. Nhưng Chúa Giê-su vẫn khiêm nhường. Thậm chí khi Ngài bị treo trên cây thập tự, nhiều người đã mắng nhiếc Ngài, , Ngài im lặng và vâng lời Đức Chúa Cha cho đến chết phi-líp 2: 5-8 "Hãy có đồng một tâm tình như Đấng Christ đã có, 6 Ngài vốn có hình(f) Đức Chúa Trời, song chẳng coi sự bình đẳng mình với Đức Chúa Trời là sự nên nắm giữ; 7 chính Ngài đã tự bỏ mình đi, lấy hình tôi tớ và trở nên giống như loài người; 8 Ngài đã hiện ra như một người, tự hạ mình xuống, vâng phục cho đến chết, thậm chí chết trên cây thập tự". Ngài là Đức Chúa Trời, Ngài cũng là một con người giống như chúng ta, cũng bởi vì tội lỗi của chúng Ngài đã chịu đánh đập, đói khát, và đau đớn, Ngài đã khiêm nhường hạ mình, vâng phục cho đến chết.

Nếu chúng ta sinh ra bông trái thánh linh hiền lành, thì chúng ta chẳng có bất kỳ sự xung đột nào, vấn đề nào, chúng ta sẽ học tập tấm gương Chúa Giê-su đã làm gương cho chúng ta. Chúng ta mang lấy hình hài của Đức Chúa Trời, học theo tấm gương Chúa Giê-su, chúng ta sẽ không chỉ trích, đoán xét người khác. Hơn thế nữa, chúng ta không tự cao hoặc phô trương những công việc lớn mà mình làm được, khi chúng ta gặp nan đề, khó khăn chúng ta không phàn nàn. Chúng ta im lặng, cầu nguyện với Đức Chúa Trời, dâng lên mọi việc cho Ngài, chờ đợi những công việc lớn Chúa sẽ làm trên đời sống cho chúng ta.

Đừng làm điều ác

Nếu chúng ta trồng cây, cây mà không đơm hoa kết trái thì chúng ta chặt hết. Ở đây cũng vậy, khi một cây bị cháy thì cây đó chỉ tỏa ra những luồn khói, mà chẳng có sự sáng. Vì vậy, mọi người chỉ cần dập tắt nó. Nhưng những người có trái thánh linh tốt lành thì sẽ không "phá vỡ một cây sậy bị đập". Nếu có chút cơ hội phục hồi, họ không thể cắt đứt cuộc sống đó, và họ cố gắng mở ra lối sống cho người khác.

Ở đây, 'cây sậy bị nghiền nát' dùng để chỉ những người đầy tội lỗi và điều ác của thế giới này. Sự ác tượng trưng cho những người có trái tim nhuốm màu tà ác vì ánh sáng của linh hồn họ sắp chết. Có vẻ như những người này giống như những cây sậy bị rải và những cây đũa tàn sẽ chấp nhận Đức Chuá Trời. Mặc dù họ tin vào Đức Chúa Trời, những hành động của họ không khác gì những hành động của người thế gian. Họ thậm chí nói chống lại Đức Thánh Linh hoặc chống lại Đức Chúa Trời. Vào thời Chúa Giê-su, có nhiều người không tin Chúa Giê-su. Và mặc dù họ nhìn thấy những những phép lạ, những việc lớn mà Chúa Giê-su đã làm nhưng họ vẫn chống lại các công việc của Đức Chúa Trời. Tuy nhiên, Chúa Giê-su nhìn họ với đức tin cho đến cuối cùng và mở ra cơ hội để họ nhận được sự cứu rỗi.

Ngày nay, ngay cả trong các nhà thờ, có rất nhiều người giống như những cây sậy bị rải và những cái bắc. Họ gọi, 'Lạy Chúa, Chúa' bằng đôi môi của họ nhưng vẫn sống trong tội lỗi. Môi họ xưng Chúa, là Đức Chúa Trời. Họ gọi, Chúa ơi, Chúa ơi, Đức Chúa Trời của tôi ơi, nhưng lòng họ cách xa Chúa lắm, họ vẫn sống trong tội lỗi. Một vài người thì còn chống lại Chúa nữa. Họ trở thành những người chống Chúa, họ yếu đuối trong đức tin, phạm tội hằng ngày và rời bỏ Hội Thánh. Nếu chúng ta có sự nhân từ thì chúng ta vẫn cầu nguyện, chờ đợi họ, yêu thương họ, dang tay cứu giúp họ trước nhất.

Một số người muốn được yêu thương và được thừa nhận trong Hội Thánh, nhưng khi nó không xảy ra, cái ác ở trong họ lại xuất hiện. Họ trở nên ghen tị với những người được các thành viên trong Hội Thánh yêu mến và những người đang lớn lên trong đức tin, và nói xấu họ. Họ không nhận ra những điều tốt lành từ những người khác đang giúp họ, ngược lại họ lại tìm cách chống đối lại những người mà yêu thương họ, và chỉ nhìn thấy những lỗi lầm của người.

Trong trường hợp nầy, người nào có bông trái nhân từ, hiền lành thì sẽ chấp nhận, chịu đựng những người ghanh ghét, chống đối mình. Họ không cố gắng để phân biệt ai là đúng hay sai, hoặc tốt hay xấu và sau đó đàn áp họ. Họ vẫn yêu thương và dùng trái tim biết yêu thương bằng cách đối xử với họ trong sự tốt lành với một tấm lòng chân thành.

Một số người yêu cầu tôi tiết lộ danh tính của những người tham dự nhà thờ với động cơ thầm kín. Họ nói rằng làm như vậy các thành viên nhà thờ sẽ không bị lừa dối và những người như vậy sẽ không đến nhà thờ. Vâng, tiết lộ danh tính của họ có thể làm cho Hội Thánh trong sạch, nhưng làm thế nào để gia đình của họ không thấy xấu hổ về họ hoặc những người đưa họ đến nhà thờ?.

Nếu chúng ta loại bỏ các thành viên Hội Thánh vì nhiều lý do, không nhiều người sẽ ở trong Hội Thánh. Đó là một trong những nhiệm vụ của một Hội Thánh để thay đổi những người xấu xa và dẫn họ đến vương quốc thiên đàng. Tất nhiên, một số người tiếp tục cho thấy sự dữ ngày càng tăng, và họ sẽ rơi vào cái chết dù chúng ta tỏ lòng nhân ái với họ. Nhưng ngay cả trong những trường hợp này, chúng ta sẽ không chỉ đặt ra một giới hạn về sức chịu đựng của chúng ta và bỏ qua chúng nếu vượt qua giới hạn đó. Đó là sự tốt lành thiêng liêng để cố gắng cho phép họ tìm kiếm cuộc sống tinh thần mà không phải từ bỏ cho đến khi kết thúc.

Lúa mì và máy cắt rơm trông giống nhau nhưng máy cắt rơm là trống rỗng bên trong. Sau vụ thu hoạch, người nông dân sẽ thu lượm lúa mì vào chuồng và đốt rơm. Hoặc anh ta sẽ dùng nó làm phân bón. Hoặc anh ta sẽ dùng nó làm phân bón. Cũng có lúa mì và máy cắt rơm trong nhà thờ. Ở bên ngoài, mọi người có thể trông giống như họ là những người tin, nhưng những người lúa mì thì tuân theo Lời của Đức Chúa Trời trong khi có những người như máy cắt rơm đi theo điều ác. Nhưng giống như người nông dân chờ đợi cho đến khi thu hoạch, Đức Chúa Trời của tình yêu chờ đợi những người giống như máy cắt cỏ cho đến cuối cùng. Chờ họ đến ngày cuối cùng đến, chúng ta phải tạo cơ hội cho mọi người được cứu và nhìn mọi người bằng đôi mắt đức tin, bằng cách nuôi dưỡng bông trái nhân từ trong chúng ta.

Năng quyền tình yêu

Tôi chắc chắn bạn có thể hơi mơ hồ về sự tốt lành theo Thánh Linh và bản chất của Thánh linh khác nhau như thế nào?. Vì thế, trong các ví dụ của Chúa Giê-su về người Sa-ma-ri nhân lành, hành động của người Sa-ma-ri nầy được miêu tả như là một người có tấm lòng thương xót, yêu thương người khác. Nếu chúng ta không lên mình kiêu ngạo, không tranh cạnh, chúng ta sẽ trở thành người khiêm nhường phải không?.

Đúng vậy, tình yêu thương, nhân từ, hiền lành, thương xót, bình an, khiêm nhường là bông trái của sự tốt lành. Như đã được đề cập ở trên, Đức Chúa Trời là Đấng tốt lành, là nguồn của tình yêu thương.

Nhưng để chúng ta có được những bông trái của sự tốt lành, chúng ta phải thực hành làm điều tốt, chúng ta phải khát khao theo ý muốn tốt lành của Đức Thánh Linh. Điều quan trọng chúng ta phải nhấn mạnh đến và tập trung chứ không phải là sự thương xót mà chính là sự tốt lành, sự tốt lành đó hình thành bên trong tấm lòng của bạn, bạn thật sự yêu một ai đó bằng tình yêu của Chúa, thì bạn mới dũng cảm hành động giúp người theo cách của Đức Chúa Trời, chứ không phải bạn chỉ thể hiện sự thương xót theo vẻ bề ngoài. Sự tốt lành cũng giống như lòng tốt của người Sa-ma-ri nhân lành, khi gặp một người bị cướp và chuẩn bị chết, anh ta không làm lơ, không bỏ đi, thay vào đó là giúp đỡ kẻ bị cướp bằng tình yêu chân thật của mình.

Khi trung tín, nếu bạn có bông trái của sự tốt lành, bạn sẽ không chỉ trung thành với một người mà còn trong tất cả các thành viên trong nhà của Đức Chúa Trời. Nếu bạn bỏ bê bất kỳ nhiệm vụ của bạn, có thể có ai đó chịu đựng vì nó. Vương quốc của Đức Chúa Trời có thể không được hoàn thành như nó phải được. Vì vậy, nếu bạn có lòng tốt trong bạn, bạn sẽ không cảm thấy thoải mái về những điều này. Bạn không thể bỏ qua chúng, vì vậy bạn sẽ cố gắng trung thành với mọi người trong nhà của Đức Chúa Trời. Bạn có thể áp dụng nguyên tắc này cho tất cả các thành viên khác trong Hội Thánh.

Yếu tốt của sự khiêm nhường là không gây tranh cạnh và nói hành người khác. Bản chất tốt lành của Thánh Linh là không phá vỡ sự tốt lành, sự bình an. Chúng ta nhận ra tầm quan trọng của sự tốt lành trong đời sống của chúng ta, chúng ta khao khát có được sự tốt lành. Khi đời sống của bạn trung tín với Đức Chúa Trời thì bạn sẽ có được bông trái của sự nhân từ.

Những kẻ ác sẽ không thoải mái nếu họ không hành động trong điều xấu. Trong phạm vi mà họ có ác, họ sẽ cảm thấy không có vấn đề gì chỉ sau khi đưa ra rằng nhiều điều ác. Đối với những người có thói quen cắt ngang trong khi những người khác đang nói, họ không thể kiểm soát bản thân nếu họ không thể can thiệp vào cuộc đàm thoại của người khác. Mặc dù họ làm tổn thương cảm xúc của người khác hoặc dành thời gian khó khăn cho họ, họ chỉ có thể bình an với chính mình sau khi làm những gì họ muốn. Tuy nhiên, nếu họ nhớ và tiếp tục cố gắng bỏ đi những thói quen và thái độ không lành mạnh của họ mà không đồng ý với Lời Chúa, họ sẽ có thể bỏ hầu hết trong số họ. Nhưng nếu họ không cố gắng và chỉ cần bỏ cuộc, họ sẽ vẫn như nhau ngay cả sau mười hoặc hai mươi năm.

Nhưng những người đàn ông tốt bụng là ngược lại. Nếu họ không làm theo sự tốt lành, họ sẽ có cảm giác khó chịu hơn khi họ bị tổn thất, và họ sẽ suy nghĩ về nó nhiều lần. Vì vậy, mặc dù họ bị mất một số, họ không muốn làm hại người khác. Mặc dù họ cảm thấy bất tiện, họ vẫn cố giữ các quy tắc.

Chúng ta có thể cảm nhận được trái tim này từ những gì Phao lo nói. Ông có đức tin để ăn thịt, nhưng nếu nó có thể làm cho bất kỳ người nào khác để vấp ngã, ông không muốn ăn bất kỳ thịt cho phần còn lại của cuộc đời ông. Cũng giống như vậy, nếu những gì họ có thể thưởng áp dụng sự tốt lành vào mọi điều trong đời sống của bạn, đồng nghĩa là bạn sẽ sanh bông trái tốt lành. Nếu bạn sanh ra bông trái tốt lành thì bạn sẽ yêu Chúa, yêu mọi người, yêu những kẻ mà bạn không thể yêu, bạn sẽ sống cho người khác, tôn trọng giá trị người khác, tìm kiếm ích lợi của người khác trước nhất. Bạn sẽ trở thành một người biết khiêm nhường, hạ mình, không tôn cao bản thân, mà chỉ tôn cao danh Ngài. Sự ca ngợi, ngợi khen và thờ phượng của bạn đều dâng lên cho Đức Chúa Trời một cách tốt nhất. Trong mắt mọi người bạn là một người tuyệt vời, bạn là tấm gương cho mọi người học tập, qua đời sống bạn, hương thơm của Chúa Giê-su Christ lan tỏa cho cả thế gian.

Ma-thi-ơ 5:15-16 "Cũng không ai thắp đèn mà để dưới cái thùng, song người ta để trên chân đèn, thì nó soi sáng mọi người ở trong nhà. (p) 16 Sự sáng các ngươi hãy soi trước mặt người ta như vậy, đặng họ thấy những việc lành của các ngươi, và ngợi khen Cha các ngươi ở trên trời.

2 Cô-rinh-tô 2: 15 "Vì chúng tôi ở trước mặt Đức Chúa Trời là mùi thơm của Đấng Christ, ở giữa kẻ được cứu, và ở giữa kẻ bị hư mất". Vì vậy, tôi hy vọng rằng bạn sẽ sống một đời sống kết trái cho Ngài và làm sáng danh Chúa qua đời sống bạn, giúp mọi người đến với Chúa Giê-su Christ.

Dân số ký 12: 7-8

Chẳng có luật pháp nào cấm các sự đó

"Tôi tớ Môi-se ta không có như vậy, người thật trung tín trong cả nhà ta. Ta nói chuyện cùng người miệng đối miệng, một cách rõ ràng, không lời đố, và người thấy hình Đức Giê-hô-va. Vậy các ngươi không sợ mà nói hành kẻ tôi tớ ta, là Môi-se sao?

CHƯƠNG 8

TRUNG TÍN

Để nhận ra sự trung tín của chúng ta
Hãy làm nhiều hơn có thể
Hãy trung tín với chân lý
Hãy làm việc vì Chúa
Hãy trở thành một đầy tớ trung tín trong mọi sự
Hãy trung tín và công chính cho vương quốc
của Đức Chúa Trời

TRUNG TÍN

Có một người đàn ông kia chuẩn bị đi xa, gọi đầy tớ mà giao hết của cải cho đầy tớ. Chủ đó cho mỗi người một ta lâng, hai ta lâng và năm ta lâng. Tức thì người đã nhận năm ta lâng đi làm lợi ra, và được năm ta lâng khác, người nhận hai ta lâng cũng vậy, làm lợi ra được hai tà lâng, song người chỉ nhận một ta lâng thì đi đào lỗ dưới đất mà giấu tiền của chủ. Khi người chủ trở về và nói với người nhận năm ta lâng Ma-thi-ơ 25:21 "Chủ nói với người rằng: Hỡi đầy tớ ngay lành trung tín kia, được lắm; ngươi đã trung tín trong việc nhỏ, ta sẽ lập ngươi coi sóc nhiều; hãy đến hưởng sự vui mừng của chúa ngươi".

Đức Chúa Trời ban cho chúng ta tài năng và sự khôn ngoan để chúng ta phục vụ Ngài, chỉ khi chúng ta trung tín trong mọi sự thì đến cuối cùng chúng ta sẽ nhận lấy Thiên đàng vinh hiển của Đức Chúa Trời ban cho chúng ta, và Đức Chúa Trời sẽ nói với chúng ta rằng, nầy đầy tớ ngay lành và trung tín kia, được lắm, hãy đến mà hưởng Thiên đàng mà ta ban cho.

Để nhận ra sự trung tín của chúng ta

Theo từ điển định nghĩa "trung tín" là sự kiên định trong tình cảm hoặc sự trung thành, hoặc chắc chắn trong lời hứa, hay tuân thủ trong nghĩa vụ. Ngay cả trên thế giới những người trung thành cũng được đánh giá cao vì đã trở nên sự tin cậy.

Sự trung tín của Đức Chúa Trời khác biệt với sự trung tín của thế gian. Trung tín của thế gian là chỉ cố gắng làm việc theo khả năng và sự không ngoan của con người chứ không theo sự chỉ dẫn của Đức Thánh Linh. Thật vậy, nếu chúng ta cố gắng hoàn thành mọi việc bằng sự khôn ngoan và sức mạnh của chúng ta thì chúng ta không thể trung tín trong mọi sự. Nếu chúng ta làm trong bốn phận của một người làm cha, làm mẹ, làm vợ, làm con thì có được gọi là trung tín không?? Chúng ta chỉ làm những gì chúng ta cần làm, phải làm

Môi-se là một vị lãnh đạo kiệt xuất của mọi thời đại và cũng được gọi là người khiêm nhu nhất thế gian, Môi-se sống một đời sống khiêm nhường và vâng lời Đức Chúa Trời một cách tuyệt đối, Môi-se cũng là một đầy tớ trung tín của Đức Chúa Trời. Qua đời sống mình, hương thơm của Đức Chúa Trời lan tỏa khắp mọi nơi. Anh chị em thân mến, những người nào trung tín theo Thánh Linh là có di sản trong vương quốc của Đức Chúa Trời, qua đời sống của họ lan tỏa hương thơm tình yêu của Đấng Christ. Hương thơm của một tình yêu chân thật, hương thơm của sự vâng lời trọn vẹn. Sự trung tín của chúng ta được Đức Chúa Trời định giá, và Ngài sẽ khen thưởng cho những ai trung tín cho đến cuối cùng. Nếu chúng ta lan tỏa hương thơm tình yêu của Đức Chúa, chúng ta sẽ được Chúa yêu, bảo vệ, chăm sóc và ôm lấy chúng ta.

Dân Y-sơ-ra-ên đã làm nô lệ tại Ai-cập hơn bốn trăm năm. Vị lãnh tụ Môi-se được Đức Chúa Trời chọn làm người lãnh đạo dẫn dân sự ra khỏi Ai-cập để đi đến vùng đất hứa Ca-na-an. Môi-se là người hạnh phúc nhất thế gian, vì được Đức Chúa Trời yêu và mặt đối mặt với Đức Chúa Trời. Môi-se vâng lời Đức Chúa Trời một cách tuyệt đối và không phàn nàn, và trung tín trong công việc Đức Chúa Trời giao cho. Thậm chí, Môi-se không hỏi lại hay trì trệ những việc Đức Chúa Trời giao phó thay vào đó làm nhiều hơn có thể, Môi-se đã trung tín trong công việc Chúa giao và cũng thành công trong việc quản trị gia đình.

Một ngày nọ, ông gia của Môi-se là Giê-trô gọi con rể mình đến. Môi-se chia sẻ với ông gia của mình về những việc lớn mà Đức Chúa Trời đã làm cho dân sự và những công việc ông sẽ làm trong thời gian lãnh đạo dân sự. Nhưng Giê-trô thấy điều đó là quá mệt nhọc cho Môi-se. Dân sự đứng chực trước mặt Môi-se từ sớm mai đến chiều. Dân sự đến để hỏi Môi để biết ý của Đức Chúa Trời, ông gia của Môi-se nói rằng điều con làm đó chẳng tiện.

Xuất Ê-díp-tô 18:21-22 "Nhưng hãy chọn lấy trong vòng dân sự mấy người tài năng, kính sợ Đức Chúa Trời, chân thật, ghét sự tham lợi, mà lập lên trên dân sự, làm trưởng cai trị hoặc ngàn người, hoặc trăm người, hoặc năm mươi người, hoặc mười người, 22 đặng xét đoán dân sự hằng ngày. Nếu có việc can hệ lớn, họ hãy giải lên cho con; còn những việc nhỏ mọn, chính họ hãy xét đoán lấy. Hãy san bớt gánh cho nhẹ; đặng họ chia gánh cùng con »

Môi- se đã lắng nghe lời khuyên của ông gia mình, và ông nhận ra rằng những gì ông gia mình nói đều chuẩn mực. Vì vậy, Môi-se vâng lời ông gia mình, làm y như mọi điều người đã dạy, Môi se bèn chọn trong cả y-sơ-ra ên những người tài năng lập lên cho dân sự làm trưởng cai trị ngàn người, hoặc trăm người, hoặc năm mươi người, mười người. Họ chỉ xét đoán dân sự hằng ngày, các việc khó giải lên cho Môi-se, nhưng chính họ xét lấy những công việc nhỏ.

Sự trung tín sẽ đem lại kết quả tốt đẹp cho bất người nào khi anh ta nhiệt huyết trong công việc. Môi-se đã trung tín trong công việc của Đức Chúa Trời và cũng như đã trung tín quản trị gia đình tốt. Môi-se đã dành hết thời gian, tài năng, công sức những gì mình có để phục vụ Đức Chúa Trời và chăm lo gia đình. Cho nên, Môi-se được gọi là một người trung tín nhất đối với Đức Chúa Trời. Dân số ký 12: 7-8 "Tôi tớ Môi-se ta không có như vậy, người thật trung tín trong cả nhà ta.(w) 8 Ta nói chuyện cùng người miệng đối miệng, một cách rõ ràng, không lời đố, và người thấy hình Đức Giê-hô-va. Vậy các ngươi không sợ mà nói hành kẻ tôi tớ ta, là Môi-se sao'? Vậy thì thế nào chúng ta nhận ra một người sinh ra bông trái trung tín trong việc phục vụ Đức Chúa Trời?.

Hãy làm nhiều hơn có thể

Khi những người công nhân được trả lương theo công việc của họ đã làm, chúng ta không thể nói họ là những con người trung tín, họ chỉ hoàn thành những công việc, những nhiệm vụ được giao. Chúng ta có thể nói họ chỉ làm công việc mà họ được trả lương chứ chúng ta không nói họ là những người trung tín. Nhưng trong số công nhân làm việc để nhận lương đó thì vẫn có một số người làm việc nhiều hơn công việc mà mình được giao, họ làm việc đó theo số tiền mà họ sẽ nhận được chứ họ cũng có miễn cưỡng để làm. Họ làm việc hết tâm trí, hết sức, hết tâm hồn của mình chứ chẳng có than văn điều gì, làm hết lòng.

Một số con cái Chúa làm việc tại nhà thờ trọn thời gian, họ làm việc nhiều hơn có thể với trách nhiệm được giao, họ làm việc sau những ngày và ngày làm việc, thậm chí những ngày nghỉ, họ vẫn luôn nghĩ về công việc Chúa, nghĩ đến những mục vụ. Họ luôn luôn nghiên cứu và tìm tòi những phương pháp, chiến lược để phát triển Hội Thánh, làm việc hiệu quả hơn. Hơn thế nữa, họ cầu nguyện và tìm kiếm ý Chúa để tìm kiếm những con người có cùng khải tượng, người nhiệt huyết cho công việc Chúa để thành lập một nhóm nhỏ làm việc trung tín cho Đức Chúa Trời. Bằng cách nầy chúng ta sẽ làm việc kết quả lớn cho Đức Chúa Trời và không ngại gian khổ để công việc Chúa được mở mang và vương quốc Ngài mau đến.

Thật vậy, hễ ai có bông trái của Đức Thánh Linh thì họ sẽ làm việc một cách trung tín với Đức Chúa Trời, họ không phân biệt mình nhận trách nhiệm bao nhiêu, họ có thể làm nhiều hơn mà họ nhận được. Ví dụ, trong trường hợp của Môi-se là một nhận vật cầu nguyện, cầu nguyện để giải thoát dân sự ra khỏi Ai-cập, chúng ta có thể nhận thấy lời cầu nguyện của Môi-se trong Xuất 32: 31-32 " Vậy, Môi-se trở lên đến Đức Giê-hô-va mà thưa rằng:Ôi! dân sự nầy có phạm một tội trọng, làm cho mình các thần bằng vàng; 32 nhưng bây giờ xin Chúa tha tội cho họ! Bằng không, hãy xóa tên tôi khỏi sách Ngài đã chép đi.

Khi Môi-se đã hoàn thành sứ mạng mà Đức Chúa Trời giao phó cho ông. Môi-se không chỉ vâng lời Đức Chúa Trời mà còn làm theo những gì Đức Chúa Trời phán bảo ông làm. Môi-se không nghĩ rằng bản thân ông đã làm hết sức có thể, làm hết cả tấm lòng, hết ý mà Đức Chúa Trời muốn dùng ông để phán truyền cho dân sự, nhưng dân sự không chấp nhận và không nghe ông. Môi-se đã thốt lên cầu rằng tôi không thể giúp họ nữa Chúa ơi, Môi-se đã làm việc trọn cả tấm lòng, sự chân thành của mình, bởi tình yêu dân sự, Môi-se đã hy sinh cả cuộc đời mình cho dân sự, nhưng dân sự lại không tôn trọng ông và bỏ mặc những lời nói của Môi-se. Đó chính là lý do tại sao nhiều người phạm tội, và Môi-se cảm thấy đó là tội lỗi của mình và ông nhận trách nhiệm đó cho bản thân.

Như sứ đồ Phao-lô viết trong Rô-ma 9: 3 "Bởi tôi ước ao có thể chính mình bị dứt bỏ, lìa khỏi Đấng Christ, vì anh em bà con tôi theo phần xác". Thật vậy, chúng ta được học biết về tấm gương Phao-lô, Môi-se, họ là những đầy tớ trung tín của Đức Chúa Trời, nhưng chúng ta lại không xem điều đó là quan trọng, chúng ta vẫn lười biếng, làm việc nửa vời.

Ngay cả khi những người có đức tin và những công việc mà họ làm thì họ vẫn cảm thấy họ khác biệt hơn với những gì Môi-se đã nói nếu như như họ ở trong hoàn cảnh của Môi-se. Cụ thể là, họ sẽ nói rằng; Chúa ơi, con đã làm hết sức mình, con rất thương dân sự nầy nhưng con đã chịu đựng vì dân sự nầy quá nhiều trong thời gian dẫn dắt họ. Thật sự họ đã nói gì? "Chúa ơi, con tin Ngài và đã làm hết sức những gì mà Ngài giao phó, hoặc có thể họ sẽ lo lắng vì những gì họ nhận được từ những con người tội lỗi nầy, họ nghĩ họ sẽ bị khiển trách, nhưng người như thế nầy thì rất khó để trung tín trong mọi việc.

Tất nhiên, không có ai có thể cầu nguyện, "xin hãy tha thứ tội lỗi của tôi, xin hãy xóa tôi khỏi danh sách của sự sống" điều nầy có nghĩa là nếu chúng ta có bông trái trung tín ở trong chúng ta thì chúng ta sẽ không chấp nhận lỗi lầm của mình gây nên. Bởi vì, ban đầu trước khi chúng ta nhận việc thì chúng ta biết mình có thể làm tốt. Vì vậy, chúng ta thường cầu nguyện dâng lên cho Đức Chúa Trời điều gì? Phải chăng là chúng cầu nguyện xin Chúa hãy tha thứ tội nhân và xin thương xót họ, ban cho họ một cơ hội để ăn năn vì Ngài là Đức Chúa Trời của tình yêu thương và giàu lòng thương xót.

Ở một khía cạnh khác, những người trung tín họ sẽ nói "tôi đã làm đủ" hị làm việc với một thái độ tràn ngập niềm vui . 2 Cô-rinh-tô 12: 15 "Về phần tôi, tôi rất vui lòng phí của và phí trọn cả mình tôi vì linh hồn anh em, dẫu rằng tôi yêu anh em thêm, mà cần phải bị anh em yêu tôi kém". Cụ thể, sứ đồ Phao-lô không bị ràng buộc phải chăm sóc những người mới tin Chúa hoặc Phao-lô cũng không làm điều đó một cách hời hợt. Phao-lô tràn ngập niềm vui vì đã hoàn thành nhiệm trong sự ban ơn của Chúa và đó là lý do tại sao Phao-lô không ngừng nghĩ vì còn có rất nhiều linh hồn đang hư mất. Anh ta có thể làm bất cứ việc gì, bằng mọi cách để có thể cứu được một linh hồn cho Đức Chúa Trời. Phao-lô là một đầy tớ ngay lành và trung tín của Đấng Christ, đã hoàn tất cuộc đua trong sự vui mừng.

Hãy trung tín với chân lý

Giả sử có có một ai đó tham gia vào một băng đảng và anh ta dành hết cả cuộc đời của mình, năng lực của mình mà phục vụ cho ông chủ băng đảng đó. Liệu Đức Chúa Trời có cho rằng anh ta là một người trung tín không? Tất nhiên là không? Đức Chúa Trời sẽ cho chúng ta là một người trung tín khi chúng ta có bông trái của sự nhân từ, tốt lành và chân thật.

Khi đời sống của Cơ Đốc nhân đặt để một đời sống đức tin siêng năng trước hết thì họ sẽ nhận được nhiều công việc. Nhưng trong một trường hợp khác thì cố gắng để hoàn thành công việc mà mình đã được chỉ định. Tư tưởng của họ bị nặng nề những công việc mình đã chỉ định, họ đã đánh mất mục tiêu sống, và những kế hoạch trong cuộc đời bởi vì khó khăn, thử thách, bắt bớ đến với họ. Tại sao họ lại thay đổi tư tưởng của họ theo cách nầy? Bởi vì họ đã không trung tín với Đức Thánh Linh trong khi đang làm việc của Đức Chúa Trời.

Sự trung tín thuộc linh là phải cắt bì trong tấm lòng của chúng ta, nghĩa là chúng ta phải liên tục tẩy rửa cái áo lòng của chúng ta. Điều nầy có nghĩa là từ bỏ mọi tội lỗi, những điều không chân thật, tội ác, không công chính, sự lười biếng, và bóng tối trong con người cũ của mình để chúng ta trở nên thánh. Nếu chúng ta chỉ là việc với thân thể hay hư nát nầy mà không cắt bì trong tấm lòng của chúng ta thì chúng ta không thể nói về sự trung tín thuộc linh. Như sứ đồ Phao-lô đã nói, "Mỗi ngày tôi phải chết đi con người cũ, con người xác thịt, con người hay chết để tôi trở nên thánh sạch trước mặt Đức Chúa Trời. Đây gọi là sự trung tín thuộc linh

Khải huyền 2:10 "Ngươi chớ ngại điều mình sẽ chịu khổ. Nầy, ma quỉ sẽ quăng nhiều kẻ trong các ngươi vào ngục, hầu cho các ngươi bị thử thách; các ngươi sẽ bị hoạn nạn trong mười ngày. Khá giữ trung tín cho đến chết, rồi ta sẽ ban cho ngươi mão triều thiên của sự sống. Điều nầy không có nghĩa là chúng ta phải làm việc gian khổ hay là trung tín cho đến thân thể nầy chết dần chết mòn. Điều nầy có nghĩa là chúng ta phải cố gắng học tập và nghiên cứu về lời của Đức Chúa Trời, đời sống chúng ta phải dẫy đầy lời Chúa và làm theo lời Chúa. Để làm theo lời Chúa trước hết chúng ta phải đấu tranh chông lại tội lỗi và giữ các điều răn của Đức Chúa Trời. Trước tiên chúng ta phải cất đi tội lỗi, sự gian ác, không chân thật, Đức Chúa Trời ghét sự gian ác và giả dối, thờ hình tượng.

Đức Chúa muốn chúng ta trở nên Thánh ở phương diện nào trong đời sống của mình? Chúng ta phải nhận ra điều gì đáng ràng buộc trong tấm lòng của mình? Tất nhiên điều nầy không có nghĩa là chúng ta phải trở ên Thánh trước khi chúng ta hoàn thành bất cứ công việc nào. Nghĩa là cho dù chúng ta đã làm hay đang làm và sẽ làm bất cứ nhiệm vụ nào thì hãy thực hiện nhiệm vụ trở nên thánh khiết, và trong sạch.

Những người tiếp tục giữ tấm lòng mình trong sạch và gắn kết mình với Đức Chúa Trời thì họ giữ được sự trung tín. Họ sẽ không bao giờ từ bỏ giữa chừng trách nhiệm, công việc của mình dù gặp bất cứ hoàn cảnh khó khăn nào trong cuộc sống. Đức Chúa Trời là Đấng thành tín, Ngài hứa và luôn thành tín trong lời hứa của mình, hễ ai giữ được sự trung tín mình với Đức Chúa Trời thì sẽ nhận được những lời hứa của Đức Chúa Trời dành cho đời sống mình.

Mặt khác, điều gì sẽ xây ra cho chúng ta nếu chúng ta thất tín với

Chúa? Tấm lòng của chúng ta sẽ thay đổi khi chúng ta đối diện khó khăn, thử thách. Chắc có thể là chúng ta từ bỏ mối quan hệ của mình với Đức Chúa Trời, từ bỏ sứ mạng mà Chúa giao cho chúng ta, từ bỏ công việc của Chúa. Ngược lại, nếu chúng ta gìn giữ, thành tín với ân điển của Đức Chuá Trời thì chúng ta cam kết mạnh mẽ với Chúa, cố gắng thực hiện những công việc và sứ mạng mà Chúa giao phó, tiếp tục, và tiếp tục làm, không từ bỏ.

Thật vậy, hễ bất ai mà thường biến chuyển về suy nghĩ, tư tưởng thì không thể nhận ra sự trung tín, thậm chí dù họ có làm việc tốt đi chăng nữa.

Để có được sự trung tín chúng ta phải nhận biết Đức Chúa Trời, chúng ta phải có sự trung tín thuộc linh đầy dẫy, điều nầy có nghĩa là chúng ta phải có cắt bì tấm lòng của chúng ta. Sự cắt bì tấm lòng của chúng ta nghĩa là chúng ta phải từ bỏ những sự ích kỷ, tội lỗi. Sự cắt bì trong tấm lòng có nghĩa là chúng là con cái của Đức Chúa Trời và Ngài là Đấng cứu chuộc chúng ta. Nếu chúng ta từ bỏ con đường tội lỗi, và cam kết đời sống mình thánh khiết trước mặt Đức Chúa Trời thì những bông trái tốt lành sẽ hiện diện trong tâm trí và đời sống chúng ta, thế chỗ cho đời sống xác thịt trong tấm lòng của chúng ta thay vào đó là một đời sống thuộc linh. Như vậy, chúng ta sẽ giựt giải những phần thưởng Đức Chúa Trời dành cho chúng ta.

Giả sử bạn tình nguyện đăng ký làm việc cả ngày tại một Hội Thánh vào ngày Chúa nhật. Nhưng nếu trong khi làm việc bạn phàn nàn, than thân trách phận, bạn khó chịu với người khác, bạn tranh cãi với mọi người thì bạn sẽ là tác nhân phá vỡ sự bình an với mọi người, bạn là người gây vấp phạm cho người khác, bạn sẽ mất những phần thưởng vốn dĩ phần thưởng đó là của bạn. Nhưng nếu bạn làm việc với một thái độ, một tấm lòng chân thật, hết mình, vui mừng khi được phục vụ Chúa, được góp phần nhỏ bé của mình vào công việc nhà Chúa thì bạn sẽ nhận được tình yêu thương của mọi người dành cho bạn và được Đức Chúa Trời đẹp lòng, mỗi công việc bạn làm Đức Chúa Trời sẽ ban phước cho bạn.

Hãy làm việc để Chúa đẹp lòng

Khi chúng ta làm việc trong Hội Thánh thì chúng ta phải làm việc hết cả tấm lòng và để được Chúa đẹp lòng. Cũng vậy, chúng ta cũng phải trung tín và vâng phục những người lãnh đạo mình, mục sư trong Hội Thánh. Châm ngôn 25: 13 "Sứ giả trung tín với người sai đi, Giống như tuyết mát mẻ trong ngày mùa gặt".

Thậm chí chúng ta làm việc rất siêng năng, chăm chỉ trong công việc của mình nhưng chúng ta không thể làm hài lòng người chủ của mình vì chúng ta chỉ làm việc chúng ta tự chọn và chúng ta muốn làm. Ví dụ, giả sử trong một công ty, người lãnh đạo của bạn bảo bạn cứ ở trong văn phòng vì điều nầy rất quan trọng, khi có khách hàng đến thì bạn sẽ tiếp đón họ. Nhưng bạn vẫn ra ngoài làm việc mà công ty giao trách nhiệm, công việc ở bên ngoài chiếm hết thời gian cả ngày của bạn, cho dù bạn có làm việc ở bên ngoài vì công ty của bạn nhưng trong mắt ông chủ của bạn, bạn là một người không trung thành.

Vậy tại sao chúng ta lại không vâng lời chủ của mình bởi vì chúng ta thích làm theo ý kiến, quan điểm riêng cá nhân của mình, chúng ta có những động cơ khác, có mục đích khác. Có vẻ đây là một hạng người làm việc và phục vụ chủ mình nhưng anh ta thật sự không phải là một người trung thành. Anh ta chỉ làm những gì mình muốn, những gì bản thân cho là đúng, anh ta không làm theo ý của chủ mình và người chủ chưa bao giờ thấy đẹp lòng về người đầy tớ của mình.

Trong Kinh Thánh có một nhân vật đó là Giô-áp, Giô-áp là bà con với cua Đa-vít, thuộc dòng dõi vua Đa-vít, cả hai người đều bị vua Sau-lơ săn đuổi, muốn tiêu diệt hai người, hai người đã vượt qua nhiều lần ranh giới giữa sự sống và sự chết. Giô-áp la một người thông minh, khôn ngoan, ông ta đã giúp vua Đa-vít lập nhiều chiến công, là một cận thần tài giỏi của vua Đa-vít. Khi giô-áp đánh chiếm dân Am-môn và chiếm lấy thành, và giành lấy mọi chiến công cho cá nhân.

Giô-áp đã phục vụ vua Đa-vít một cách tốt lành nhưng vua Đa-vít không hài lòng về ông ta. Bởi vì Giô-áp đã không vâng lời vua Đa-vít. Ông mang về mọi lợi nhuận mà mình dành được, Giô-áp không ngần ngại khi dám hành động ngổn ngang trước mặt vua Đa-vít khi ông ta muốn chiếm lấy hết mọi chiến công.

Ngược lại với Giô-áp, có một nhân vật trong Kinh Thánh tên là Abner, anh ta là kẻ thù của vua Đa-vít, anh ta đến trước mặt Đa-vít và đầu phục Đa-vít, Đa-vít chào mừng anh ta và cho anh ta trở lại. Đa-vít nhanh chóng thông báo với tất cả mọi người và mọi người đều chấp nhận anh ta trở lại, nhưng khi Giô-áp biết điều đó thì tìm cách giết Abnar, bởi vì anh ta đã giết anh trai Giô-áp tại chiến trận. Giô-áp biết rằng Đa-vít sẽ rất khó xử trong tình huống này, nhưng Giô-áp không quan tâm điều đó mà chỉ biết nghĩ cho bản thân, làm theo ý mình

Ngoài ra, khi con trai của Đa-vít, Áp-sa-lôm, nổi dậy chống lại cha mình, Đa-vít đã hỏi những người lính của mình và người của Áp-sa-lôm, ta nên đối xử với con trai của tôi như thế nào? Vì Đa-vít vẫn đối xử nhân từ đối với con trai của ông. Sau khi nghe được lệnh này, Giô-áp liền ra tay giết chết Áp-sa-lôm, bởi vì anh ta cho rằng nếu để cho Áp-sa-lôm sống thì anh ta sẽ nổi loạn thêm lần nữa, Giô-áp đã tự hành động theo những gì mình muốn, anh ta đã không vâng lời vua Đa-vít, nghe theo sự chỉ dẫn của Đa-vít.

Dầu đã trải qua biết bao là những thử thách, khó khăn nhiều lần cùng với vua Đa-vít nhưng anh ta không vâng lời chủ mình, cho nên Đa-vít không thể tin tưởng anh ta. Cuối cùng, Giô-áp chính là người chống lại vua Sa-la-môn, con trai Đa-vít và anh ta muốn Sa-la-môn phải chết. Thay vì tuân theo mạng lịnh Đa-vít, Giô-áp lại cài đặt người bí mật để theo dõi vua Đa-vít. Giô-áp đã phục vụ cho vua Đa-vít suốt cả cuộc đời của mình, nhưng thay vì trở thành một người thừa kế, cuối đời anh ta trở thành một người nổi loạn.

Khi chúng làm công việc của Đức Chúa Trời, thay vì chúng ta có ý định làm để phục vụ bản thân mình thì hãy từ bỏ ý nghĩ đó. Sự trung tín là làm việc hết mình, hết lòng vị chủ, không ích kỷ, không làm việc cá nhân, là theo ý muốn của Đức Chúa Trời. Chúng ta phục vụ Chúa tại Hội Thánh, chúng ta nên nghe theo người lãnh đạo mình trước khi nghe theo ý mình. Bằng cách nầy, sa tan, ma quỷ chẳng làm gì được chúng ta và chúng ta sẽ sống một đời sống phước hạnh và danh mọi vinh hiển cho Đức Chúa Trời.

Hãy trở thành người đầy tớ trung tín trong mọi sự

"Hãy trở thành một đầy tớ trung tín trong mọi sự" điều nầy có nghĩa là trung tín trong mọi khái cạnh trong đời sống của chúng ta. Tại Hội Thánh, chúng ta phải làm trọn mọi trách nhiệm của chún ta, chúng ta không chỉ làm tròn bổn phận của mình mà mà còn phải luôn giữ mối quan tốt với các thành viên trong Hội Thánh. Hơn thế nữa, mặc dù chúng ta không có nhiệm vụ, không có bổn phận hay trách nhiệm nào trong Hội Thánh thì chúng ta cũng phải lam việc Chúa, mỗi một chúng ta là một nhân tố, một trách nhiệm, sự hiện diện của chúng ta đồng nghĩa chúng ta là một thành viên trong Hội Thánh.

Chúng ta không chỉ làm trong trách nhiệm của mình tại Hội Thánh mà còn hoàn thành trách nhiệm của mình ở mọi lục mọi nơi, trong công sở, trong trường học. Chúng ta phải luôn hoàn thành tốt bất cứ việc gì mà mình nhận lãnh. Hãy trở thành một người trung tín trong mọi sự, nghĩa là chúng ta đang sống cho Chúa, hãy xem như mọi việc chúng ta làm, là làm cho Đức Chúa Trời, cho người chủ của chúng ta là Chúa. Dù ở vị trí là một con cái của Đức Chúa Trời, người lãnh đạo, thành viên trong Hội Thánh thành viên trong gia đình, nhân viên của công ty, sinh viên hay giáo viên. Chúng ta phải trung tín trong mọi khía cạnh trong đời sống của chúng ta.

Một ý khác "tôi chỉ có một thân thể nầy, làm sao tôi có thể trung tín trong mọi khía cạnh" nhưng nếu chúng ta được thay đổi trong Thánh Linh, thì chẳng có gì là quá khó đối với Đức Chúa Trời, thậm chí khi chúng ta chỉ làm một ít, làm những việc nhỏ mà chúng ta biết nhờ cậy Đức Chúa Trời, nhờ cậy Đức Thánh Linh thì chỉ cần có một đức tin như một hạt cải thì cũng có thể dời núi được.

Thật vậy, nếu người nào được Thánh Linh thay đổi thì người đó sẽ không làm việc vì ích lợi cá nhân mà luôn suy nghĩ đến ích lợi cho người khác, họ luôn nhìn thấy lợi ích cho người khác. Vì thế, những người nầy sẽ không sống cho bản thân mình mà sống cho người khác, biết hy sinh cho người khác. Đây là cách sống của chúng ta hướng đến, là tình yêu Thánh Linh và đầy dẫy lòng nhân từ. Nếu chúng ta là người tốt thì chúng ta không chỉ làm một nhiệm vụ của mình mà chúng ta còn quan tâm đến những việc khác và mục vụ khác.

Chúng ta tận hiến trong công việc và sốt sắng giúp đỡ người khác, chính điều đó sẽ đem lại lòng tin của họ đối với chúng ta, những người được chúng ta giúp đỡ, họ sẽ rất biết ơn chúng ta và cảm thấy bình an khi được chúng ta quan tâm và giúp đỡ họ. Ví dụ, có một người nhận hai trách nhiệm. Cô ấy vừa là một lãnh đạo của một nhóm nhỏ của cô ấy và cũng có một công việc khác với nhóm khác. Trong quá trình làm việc cô ấy không từ bỏ nhóm nào thay đó vào đó là hoàn thành tốt mọi công việc. Cô ta tập trung cho mục tiêu, tập trung cho cả hai, để tất cả mọi người khi được làm việc với cô ta thì có được một cả giác an toàn, tin tưởng. Chúng ta cũng vậy, chúng ta cũng phải có một thái độ làm việc hết mình, đem lại sự bình an cho mọi người theo mình, tin tưởng mình, có như vậy chúng ta mới được gọi là một người trung tín với chủ của mình.

Hãy trung tín và công chính cho vương quốc của Đức Chúa Trời

Giô-sép được các anh em mình bán và làm nô lệ cho một ông chủ người Ai-cập tên là Phô-ti-pha. Giô-sép được ơn trước chủ mình, nên Giô-sép được người chủ mình tin tưởng và giao hết mọi việc, từ việc nhỏ đến việc lớn, Giô-sép trung tín tron tất cả mọi việc mà người chủ giao cho mình, bất kể việc đó nhỏ hay lớn, Giô-sép làm việc hết lòng vì chủ mình. Vương quốc của Đức Chúa Trời cần những con người như Giô-sép. Nếu bạn có trách nhiệm làm một việc nào đó thì bạn hãy trung tín mà làm cho thật tốt, khi người chủ đã tin tưởng bạn thì sẽ không quan tâm bạn làm những gì, và nếu bạn làm được như vậy thì bạn sẽ nhận được năng lực từ Đức Chúa Trời và sống cho Chúa.

Lu-ca 16: 10-11 "Ai trung tín trong việc rất nhỏ, cũng trung tín trong việc lớn; ai bất nghĩa trong việc rất nhỏ, cũng bất nghĩa trong việc lớn. 11 Vậy nếu các ngươi không trung tín về của bất nghĩa, có ai đem của thật giao cho các ngươi". Cho dù anh ta phụ cho con người nhưng Giô-sép xem việc phục vụ con người như là làm cho Đức Chúa Trời, là người chủ của ông. Đức Chúa Trời đã nhắc ông ta lên làm tướng của Ai-cập.

Tôi luôn luôn dâng lên lời cầu nguyện của tôi cho Đức Chúa Trời xuyên qua đêm cho đến sáng, nhưng trước khi nhà thờ được mở cửa tôi cầu nguyện từ giữa đêm cho đến 4h sáng, và sau đo tiếp tục hướng dẫn Hội Thánh tĩnh nguyện buổi sáng cho đến 5h sáng. Trong thời đại của chúng ta ngày hôm nay đã thiếu vắng những tấm gương cầu nguyện như Đa-ni-ên, chúng ta bắt đầu giờ cầu nguyện 9h tối. Chúng ta không có những Mục sư, người lãnh đạo hướng dẫn về điều đó. Suốt cả đời tôi, tôi chưa bao giờ bỏ lỡ sự cầu nguyện một lần nào.

Hơn thế nữa, tôi luôn trung tín trong công việc mà Đức Chúa Trời giao cho tôi, như là tôi phải chuẩn bị bài giảng cho ngày Chúa nhật, thờ phượng Chúa vào ngày thứ tư, phục vụ và thờ phượng xuyên đêm ngày thứ sáu, và giảng dạy tại trường Thần học, tôi vô cùng mệt mỏi nhưng tôi chưa bao giờ lơ là và bỏ cuộc, hay chán nản. Sau khi giảng dạy tại trường Thần học, tôi tiếp tục viếng thăm những bệnh nhân là những thành viên của Hội Thánh. Tại đây có nhều con cái Chúa bị đau ốm bệnh tật, họ là những con người di cư từ nhiều vùng miền khác nhau. Mỗi lần đến thăm họ lòng tôi càng yêu họ hơn và phục vụ họ một cách hết lòng, quan tâm, chia sẻ với họ, thông cảm với họ, đồng công với họ.

Trong thời gian đó, Hội Thánh cũng có các bạn sinh viên ở xa Hội Thánh, họ phải mất hai hoặc đến ba chặng đường để đi đến nhà thờ. Nhưng giờ đây để đi đến nhà thờ đã trở nên dễ dàng cho các bạn sinh viên vì đã có tuyến xe bus, nhưng lúc đó thì chưa có. Vì vậy, tôi muốn các bạn sinh viên đến được nhà thờ mà không lo lắng về bất cứ vấn đề nào, tôi quyết định theo sau các bạn sinh viên, xem nơi các bạn xuống và lên xe bus, và tôi cho các bạn lộ phí để đi xe bus, tôi mua vé cho họ. Tôi cũng dâng hiến về mục vụ đó cho các bạn sinh viên có thể đến nhà thờ vào những ngày kế tiếp. Lúc đó nhà thờ còn quá nghèo không đủ để giúp được các bạn nên tôi quyết định lấy tiền của mình mà giúp đỡ các bạn.

Tôi đã nhờ ơn Chúa mà thực hiện mục vụ nầy, lần đầu tiên có được mười bạn hứa đến nhà thờ thường xuyên, dần dần thì con số đó tăng dần, tôi đã cầu nguyện cho họ và giúp đỡ họ với một tình yêu chân thật, tôi không muốn bất cứ một người nào bị bỏ. Cảm ơn Chúa, trong khoảng thời gian khó khăn đó không hề có một người nào bỏ Chúa và rời khỏi nhà thờ. Hẳn nhiên Hội Thánh được tăng trưởng rất nhanh. Hiện tại Hội Thánh có hàng ngàn thành viên, vâng điều đó không có nghĩa tôi lúc nào cũng trung tín hoàn toàn, tất nhiên là không, chỉ vì linh hồn tôi không bao giờ nao sờn.

Hiện tại, chúng tôi có hơn mười ngàn điểm nhóm, nhóm nhỏ

khắp thế giới đang hình thành và phát triển và hàng ngàn mục sư, truyền đạo, chấp sự, trị sự, các nhân viên cộng tác trong các mục vụ, truyền đạo tình nguyện khắp các quận tỉnh thành trên khắp thế giới, Hội Thánh đang tăng trưởng rất mạnh.

Có bao giờ sự trung tín của bạn giảm dần trước mặt Đức Chúa Trời không? Có bất cứ người nào trong chúng ta là người được Đức Chúa Trời ban cho nhiệm vụ mà chúng ta chưa hoàn thành không? Chúng ta trễ nãi không? Bạn bạn có bỏ cuộc những trách nhiệm của mình không? Nếu chúng ta trung tín, sự trung tín của chúng ta sẽ lớn lên, tăng trưởng, chúng ta sẽ trung tín phục vụ Đức Chúa Trời cho đến cuối cùng. Phần thưởng của chúng ta sẽ nhận được đó là sự sống đời đời trên Thiên đàng.

Đức Chúa Trời sẽ không tạo dựng con người nếu Ngài cho họ sống như rô-bốt, Ngài ban cho con người sự tự do, tự quyết định trong mọi sự và sự lựa chọn của mình. Ngài muốn con cái của NgàI là những người trung tín và yêu mến Ngài thật sự.

Thi thiên thứ 101: 6 "Mắt tôi sẽ chăm xem người trung tín trong xứ, Hầu cho họ ở chung với tôi;". Những ai từ bỏ con đường tội lỗi và trở nên một người trung tín với chủ của mình là Đức Chúa Trời thì chúng ta sẽ nhận được những ơn lành, nhận được sự sống đời đời đó là thành thánh Giê-ru-sa lem mới, là vương quốc Thiên đàng. Vì vậy, tôi mong rằng bạn sẽ trở nên một người trụ cột trong vương quốc của Đức Chúa Trời và tận hưởng những điều tốt đẹp nhất của Thiên đàng.

Ma-thi-ơ 11: 29

" Ta có lòng nhu mì, khiêm nhường; nên hãy gánh lấy ách của ta, và học theo ta, thì linh hồn các ngươi sẽ được yên nghĩ".

Chương 9

MỀM MẠI

Sự mềm mại là chấp nhận mọi người
Sự mềm mại thuộc linh là kèm theo sự hào phóng
Những đặc tính những người có bông trái mềm mại
Để có bông trái mềm mại
Gieo trồng vùng đất tốt
Phước lành của sự mềm mại

MỀM MẠI

Thật ngạc nhiên có nhiều người thường lo lắng về sự nóng tính, sự thất vọng hoặc tính cách gây tranh cãi, căng thẳng của mình. Có một số người có biểu hiện trên khuôn mặt hay một hành động nào đó mà họ không thích, họ sẽ nói rằng "tôi xin lỗi, tôi không thể giúp được gì cho anh chị, đó là cái tôi của tôi" Nhưng Đức Chúa Trời tạo dựng loài người và vạn vật thì chẳng có gì khó đối với Ngài để thay đổi một tính cách của một người.

Môi-se lại một lần nữa giết chết một người Ai-cập cũng chỉ vì sự nóng tính của ông. Nhưng Đức Chúa Trời đã thay đổi tâm lòng và tính cách của ông, ông trở nên một người khiêm nhu nhất trên thế gian, trước và sau chẳng có ai bằng ông. Trong Kinh Thánh có sứ đồ Giăng, Giăng có biệt danh là "con của sấm sét" nhưng anh ta được quyền năng của Đức Chúa Trời thay đổi và anh ta trở thành một sứ đồ mềm mại.

Nếu chúng ta bằng lòng từ bỏ những tội lỗi, từ bỏ những điều xấu trong tấm lòng của chúng ta, thậm chí những người hay nóng tính, cộc cằn, khô khan, hay khoe khoang, lấy mình làm trung tâm cũng có thể thay đổi và trở thành một người mềm mại.

Sự mềm mại là chấp nhận tất cả mọi người

Theo định nghĩa của từ điển mềm mại là " giá trị hay là sự nhẹ nhàng, mềm mại, dịu dàng. Từ tiếng Hy-lạp prautes – "mềm mại", mô tả thái độ và cách cư xử của một con người điềm tĩnh, kiên nhẫn, hiền lành, biết kiềm chế bản thân khi anh ta bị xúc phạm hoặc đối xử cách bất công. Sự bất công rõ ràng có thể gây sự bùng nổ giận giữ cho bất kỳ ai, nhưng người mềm mại trong trường hợp đó sẽ cư xử hiền hậu, nhẹ nhàng, khoan dung, và thậm chí thân thiện nữa.

Từ "mềm mại" mô tả hình ảnh một con người với ý chí mạnh mẽ, biết chế ngự ý muốn mình tuân phục các lãnh đạo cấp trên. Anh ta hoàn toàn không phải là kẻ yếu đuối – đơn giản là anh ta là người điềm tĩnh. Anh có ý chí mạnh mẽ và đức tính sắt thép, dù anh có quan điểm riêng của mình, nhưng vẫn biết tuân phục những người cấp trên anh ta.

Những người nhút nhát. những người ít tiếp xúc với thế giới bên ngoài, hoặc những người ít thể hiện bản thân thì họ có sự mềm mại. Những người ngây thơ hoặc ít tức giận vì sự hiểu biết của mình ở một mức độ hạn hẹp và thấp cho nên trong mắt của thế gian cho rằng họ là những con người có sự mềm mại. Nhưng Sự mềm mại thuộc linh không chỉ là sự dịu dàng và êm nhẹ mà đó là sự khôn ngoan và khả năng liên kết giữa cái đúng và cái sai, và có khả năng hiểu và chấp nhận mọi người. Cụ thể là sự mềm mại thuộc linh là sự kết hợp giữa tấm lòng hào phóng và nhẹ nhàng. Nếu bạn có một tấm lòng rộng lượng thì bạn sẽ không phải lúc nào cũng nhẹ nhàng mà cũng phải khiêm khắc nếu cần thiết.

Tấm lòng của một người mềm mại thì nhẹ như lông tơ. Nếu bạn dùng một hòn đá ném vào vãi cốt-tông thì nó sẽ giãn ra và đàn hồi trở lại, chẳng có vấn đề gì cả. Tương tự, nếu có ai đối đãi không tốt với chúng ta thì chẳng có vấn đề gì cả, những người có sự mệm mại thuộc linh thì chẳng cảm thấy khó chịu về điều đó, chẳng để vào tâm, hận thù. Cũng vậy, những ai có sự mềm mại thuộc linh, họ sẵn sàng tha thứ cho mọi người, không gây tranh cãi, không tức giận vô cớ, không cảm thấy khó chịu vì người khác đối xử không tốt với mình.

Chẳng có một lời nói hành, chẳng có một lời phán xét nào, hư không, giận dữ nào ra từ môi miếng của họ, họ cảm thông và hiểu cho người khác và chấp nhận họ. Khi bạn có một đời sống mềm mại, bạn bày tỏ điều đó qua đời sống xung quanh bạn, mọi người sẽ đến với bạn, và cảm thấy muốn ở bên bạn, kết bạn với bạn họ cảm thấy bình an, họ có thể tâm sự với bạn về đời sống họ, họ tin tưởng về bạn. Bạn như là một cây cổ thụ có nhiều nhành, lá xanh tươi, đời sống mãnh liệt, sự tốt đẹp luôn ở với bạn, chim chóc, muôn thú sẽ đến và trú ngụ, bạn đem đến bóng mát và nơi yên nghĩ cho mọi người.

Tôi nhìn thấy điều nầy trong suốt khoảng thời gian hành trình trên sa mạc khô cằn bốn mươi năm. Chỉ cần đối diện một chút vấn đề nhỏ thì dân sự lại phàn nàn, than phiền, lằm bằm, oán trách Môi-se và chống lại ông. Chúng ta có thể thấy được Môi-se là người khiêm nhu đến mức nào. Tấm lòng của Môi-se có sự mềm mại thánh linh. Đó là bông trái của Thánh Linh.

Sự mềm mại thuộc linh là kèm theo sự hào phóng

Có một số người có cùng quan điểm về sự mềm mại. Họ cho rằng tôi là một người ít giận dữ, tôi chư hề nóng tính, nhưng khi tôi cầu nguyện thì tôi chẳng thấy sự trả lời. Thật sự tôi không nghe được tiếng nói của Thánh Linh. Cuối cùng là bạn lại để xác thịt trỗi dậy và điều khiển bạn, rồi bạn trở nên một con người nóng tính. Mọi người gặp bạn và nhìn thấy bạn họ sẽ nói bạn là có sự mềm mại thuộc thể.

Sự mềm mại thuộc linh là gì? Sự mềm mại thuộc linh không chỉ là sự mềm mại, nhẹ nhàng mà còn có một tấm lòng hào phóng. Với một tấm lòng ân cần, chu đáo, nhiệt tình bạn trở nên một hình tượng mới trong cái nhìn của mọi người, bạn trở nên một người có tính cách tốt trong mắt của mọi người, nghĩa là bạn đang thể hiện sự mềm mại theo xác thịt.

Có nhiều người thể hiện mình là người tốt, người có tính cách tốt. Điều nầy có nghĩa là giống như bạn đang mặc lên những bộ áo đẹp để che đậy những vết xấu trong thân thể của bạn, mọi người sẽ nhìn bạn như là một người nhân đức và mềm mại. Thậm chí có những con người có tính cách tốt

Nếu anh ta đi ra ngoài mà không mặc quần áo với một thân hình trần truồng, thì chính anh ta tự làm bản thân mình xấu hổ. Tương tự như vậy, sự mềm mại nếu không có tấm lòng hào phóng, quảng đại thì chưa được trọn vẹn.

Sự hào phóng của bạn giống như bạn mặc một chiếc áo đẹp trên thân thể bạn, chiếc ái đó làm bạn tỏa sáng rực rỡ, nhưng giống như bạn đang khoác lên trên mình một đạo đức giả hay giảm tạo. Nếu bạn mang trong mình một tấm lòng xấu xa, một tấm lòng không thánh khiết thì bạn không thể nói rằng bạn mang trong mình một tấm lòng quân đạo chỉ vì những việc làm tốt của bạn

Nếu bạn cứ tập trung thể hiện những hành động thích hợp ra bên ngoài hơn là đầu tư cho sự tăng trưởng một tình yêu chân thật trong tấm lòng bạn, thì bạn sẽ nghĩ mình đã được sự thánh khiết ở một mức độ hoàn hảo, tăng trưởng mạnh mẽ, bạn không nhận sự thiếu sót của mình. Nhưng ngay cả thế giới nầy, nếu bạn chỉ tập trung nhân cách bề ngoài, hình thức bề ngoài mà bạn không có tình chân thật từ sâu thẳm tấm lòng của bạn thì bạn chẳng chiếm được bất kỳ tấm lòng của người khác giành cho bạn. Trong đức tin cũng vậy, cứ tập trung vẻ đẹp bên ngoài mà không nuôi dưỡng tâm hồn bên trong của chúng ta là vô nghĩa.

Ví dụ, có một số người quan điểm sống của họ là ngay thẳng, và người khác chẳng có lấy cớ gì để đoán xét họ, và nhìn xuống chẳng có ai thích hành động ngay thẳng của họ. Có thể là họ cũng nhấn mạnh đến suy nghĩ của họ chuẩn mực hơn người khác. Đây là một lối sống rất tốt, tại sao mọi người lại không thích lối sống ngay thẳng? Họ đưa ra những lời khuyên có ích và tốt cho mọi người, họ vượt qua những lời chỉ trích của người khác, họ nói ra những suy nghĩ công chính của họ và ác cảm của họ. Chẳng có ai có thể tìm thấy sự an nghĩ trong họ. Mọi người sẽ cảm thấy bị thất vọng và đau đớn, chẳng có một người nào muốn duy trì mối liên hệ thân mật với những người nầy

Một vài người cũng có tính cách hay nóng giận và lòng tự trọng, nhưng cho dù bạn là một người ngay thẳng, có lòng tự trọng cao, trong bạn vẫn tồn tại cái xấu. Bạn có thể cảm thấy bất bình cho một hoàn cảnh đáng thương nào đó, bạn bênh vực cho kẻ hèn yếu, bạn phẫn nộ với người khác khi họ ức hiếp kẻ yêu hơn mình. Nhưng dù bạn có những hành động tốt đi chăng nữa thì bạn chưa phải là một người có tấm lòng quảng đại và hào phóng, người có tấm lòng quảng đại và hào phóng thì sẽ không mất sự bình an, không đánh mất sự bình tĩnh dù ở bất cứ trong mọi hoàn cảnh nào.

Nếu bạn thật sự muốn sanh ra bông trái Thánh Linh trong đời sống, bạn không thể chấp chứa những cái ác tồn tại trong tấm lòng của bạn với lối sống hình thức bên ngoài của bạn. Nếu bạn chọn lựa lối sống hình thức theo vẻ bề ngoài thì bạn phải kiểm chứng lại chính bản thân bạn, rà soát lại mọi điều mà bạn làm và bạn hãy lựa chọn lối sống nhân từ với mọi người.

Những đặc tính những người có bông trái mềm mại:

Khi mọi người nhìn thấy những người có tấm lòng mềm mại, nhẹ nhàn, một tấm lòng rộng lượng thì họ sẽ nói rằng; những người đó là những con người tốt, lòng của họ như đại dương, tình yêu của họ thật rộng lớn vô bờ bến. Đại dương thì chấp nhận tất cả những thứ dơ bẩn, hay sạch sẽ, các chất bị ô nhiễm từ những con sông, con kênh, dòng nước. Thật vậy, nếu chúng ta có một tấm lòng rộng lượng và mềm mại như đại dương thì chúng ta có thể dẫn dắt những tội nhân đến với sự cứu chuộc.

Sự rộng lượng của chúng ta không chỉ tồn tại ở hình thức bề ngoài mà xuất phát từ bên trong tấm lòng của chúng ta, chúng ta sẽ chiếm lấy được tấm lòng nhiều người, và có hoàn thành những công việc lớn lao. Vậy thì, bây giờ tôi sẽ chỉ ra cho các bạn thế nào là một người co tính cách mềm mại, người có bông trái mềm mại

Thứ nhất, họ là những người trang nghiêm và ôn hòa trong hành động.

Những người có tính cách nhẹ nhàng nhưng họ họ không quyết đoán trong sự chấp nhận người khác. Họ sẽ kinh thường và lợi dụng người khác. Trong lịch sử nhân loại, có một số vị vua có tính cách mềm mại nhưng họ không có một tấm lòng rộng lượng, cho nên đất nước của họ không tồn tại lâu dài và ổn định. Thế hệ mai sau sẽ có một cái nhìn khác và những đánh giá về họ, họ là những vị vua không có tấm lòng mềm mại và không quyết đoán trong mọi việc.

Mặt khác, những vị vua nào khôn ngoan, một vị vua vừa tài đức vẹn toàn. Dưới triều đại của họ đất nước được phồn vinh, hùng mạnh và thịnh vượng. Tương tự như vậy, có những vị vua có tấm lòng rộng lượng và tình yêu thương thì họ sẽ lãnh đạo và xét đoán mọi việc một cách công mình, phải trái rất rõ ràng, không có thiên vị. Họ tạo được một niềm tin vững mạnh ở trong dân sự, và được sự ngưỡng mộ từ dân sự.

Chúa Giê-su là Đấng nhân từ, yêu thương, Ngài có một tấm lòng mềm mại, nhu mì, khiêm nhường, hạ mình, đến nỗi chỉ một cây tật lê Ngài cũng yêu. Khi Ngài vào thành Giê-ru-sa lem và Ngài đã làm sạch đền thờ, Ngài quở trách những người Pha-ri-si có tấm lòng đạo đức giả. Ngài quở trách mọi người một cách nghiêm khắc, là công việc Ngài phải làm. Nếu bạn là một người có phẩm hạnh và sự công chính thì mọi người sẽ không thể khinh thường bạn cho dù bạn có nghiêm khắc hay la mắng họ.

Những hành động và hình dánh bề ngoài cũng thể hiện tính cách của Chúa, Ngài là một Đức Chúa Trời hoàn hảo và ghét tội lỗi. Những người có đạo đức, phẩm hạnh tốt, lời nói của họ rất quan trọng. Cho nên, khi họ nói hay làm đều rất thận trọng về lời nói của mình, họ hiếm khi nói những lời vô ích và hãm hại người khác. Họ lịch sự, tôn trọng người khác, mềm mại trong mọi tình huống, họ luôn mang đến niềm tin cho mọi người.

Giả sử, có một người có một ngoại hình xơ xát, ăn mặc không gọn gàng, đầu tóc, quần áo lộn xộn. Anh ta hay nói đùa và hài hước trước mặt mọi người, nói những lời vô ích. Như vậy, anh ta rất khó để lấy được lòng tin, sự tin tưởng của mọi người danh cho mình, anh ta không được mọi người tôn trọng và người khác không thể chấp nhận anh ta.

Nếu Chúa Giê-su lúc nào cũng vui chơi, đùa giỡn với các môn đồ thì các môn đồ của Ngài sẽ cố gắng đùa giỡn lại với Ngài. Vì vậy, nếu Chúa Giê-su đã dạy họ về sự khó khăn, ngay lập tức họ lập luận hoặc nhấn mạnh về quan điểm của họ. Nhưng họ không thể dám làm điều đó. Ngay cả những người khác đến với Ngài để tranh luận cũng không thể tranh cãi với Ngài vì phẩm hạnh của Ngài. Lời nói và hành động của Chúa Giê-su luôn có trọng lượng và giá trị, vì vậy mọi người không chỉ xem Ngài là một người bình thường mà còn tôn trọng Ngài tuyệt đối.

Tất nhiên, trong một công ty, đôi khi cấp trên có thể làm một trò đùa cho cấp dưới của mình để làm bớt sự căng thẳng trong công việc. Nhưng nếu những người cấp dưới cùng vui vẻ, điều này có nghĩa là họ không có sự hiểu biết đúng đắn về người lãnh đạo mình. Nhưng nếu các nhà lãnh đạo không ngay thẳng thắn, và tỏ ra bối rối, họ cũng không thể tin tưởng vào người khác. Đặc biệt, các quan chức cao cấp trong công ty phải có thái độ thẳng thắn, cách nói và hành vi chuẩn mực.

Trong một tổ chức lớn, chuyên nghiệp, những người làm lãnh đạo hay cấp trên, họ thường có những ngôn từ và hành động tôn trọng cấp dưới của mình, nhưng khi người cấp dưới dành một sự tốt trọng quá mức cho người cấp trên của mình thì người cấp trên phải nói những lời nói tạo nên tiếng cười, để tạo cho cấp dưới cảm thấy thoải mái và dễ dàng hơn. Nhưng cấp dưới không phải tận dụng điều đó mà tỏ ra những thái độ không tôn trọng cấp trên mình, xem nhẹ người chủ của mình, không vâng lời và cãi lại cấp trên.

Rô ma 15: 2 "Mỗi người trong chúng ta nên làm đẹp lòng kẻ lân cận mình, đặng làm điều ích và nên gương tốt". Phi- líp 4:8 "Rốt lại, hỡi anh em, phàm điều chi chân thật, điều chi đáng tôn, điều chi công bình, điều chi thanh sạch, điều chi đáng yêu chuộng, điều chi có tiếng tốt, điều chi có nhân đức đáng khen, thì anh em phải nghĩ đến".

Tương tự, hễ ai có tấm lòng rộng lượng thì người đó sẽ có một trái tim yêu thương, làm việc ngay lành, trung tín, và họ cũng được mọi người tin tưởng.

Thứ hai, người mềm mại, rộng lượng là người không chỉ nói bằng lời nói yêu thương mà còn thể hiện bằng hành động thương xót người khác

Người có tấm lòng rộng lượng họ không chỉ giúp khác về mặt tài chánh mà còn chia sẻ cho người khác về ân điển và tình yêu thương của Đức Chúa Trời cho mọi người. Nhưng mặc dầu họ có một lòng mềm mại, nhẹ nhàng mà chỉ ẩn chứa điều đó trong lòng mà không thể hiện bên ngoài bằng hành động, thì điều đó cũng khó để chúng ta rải mùi thơm của Đấng Christ cho mọi người.

Ví dụ, có một tín hữu bị bắt bớ vì cô ta tin Chúa. Nếu những người lãnh đạo Hội Thánh của cô ấy biết điều đó, họ cảm thấy thương xót cho cô ta và chỉ cầu nguyện cho cô ta thôi. Họ là những người lãnh đạo chỉ có lòng thương xót trắc ẩn chứ không sống bằng hành động. Mặt khác, cũng có một vài người lãnh đạo cá nhân của cô ta tìm cô ta và khuyến khích cô ta không chỉ bằng lời nói mà còn bằng hành động. Họ có sức mạnh để giúp cô ta vượt qua trong đức tin...

Vì vậy, chỉ cần xem xét một ai đó và những hành động thực tế của họ thì sẽ rất khó khăn cho những ai muốn vượt qua những nan đề trong cuộc sống. Một người có một trái tim nhân từ, mềm mại, họ sẽ sống một đời sống biết yêu thương, ban cho người khác những gì mình có. Vì thế, Kinh Thánh nói "Phước cho những kẻ nhu mì, vì sẽ hưởng được đất!' Ma-thi-ơ 5: 5. Sự mềm mại có mối liên hệ mật thiết với bông trái trung tín, sự liên hệ nầy tại nên một con người có tấm lòng rộng lượng, bao la vô bờ bến. Phước lành một người có tấm lòng rộng lượng không chỉ giàu có ở dưới đất mà còn phần thưởng ở trên Thiên đàng. Thường thường phần thưởng nhận được từ Thiên đàng có mối liên hệ với sự trung tín, nghĩa là chúng ta phải trở nên một người đầy tớ trung tín, ngay lành. Có như vậy, chủ sẽ khen chúng ta, hỡi đầy tớ ngay lành và trung tín, phần thưởng của ngươi lớn lắm, hãy đến mà nhận phần thưởng của ngươi trên vương quốc Thiên đàng.

Tương tự, người có tấm lòng mềm mại sẽ nhận được những phước lành, nhưng muốn nhận được những phước lành đó có được sự mềm mại là chưa đủ, chúng ta phải thể hiện sự mềm mại đó qua hành động, chúng ta thể hiện bằng hành động cụ thể đồng nghĩa chúng ta là những con người trung tín.

Cụ thể là, khi bạn chấp nhận một người không ai chấp nhận, khi bạn bảo vệ, thương yêu những linh hồn đang hư mất và những linh hồn mà bạn đang dạy dỗ với một tấm lòng rộng lượng, quảng đại, an ủi, khích lệ họ và đêm đến cho họ có một cuộc sống tốt đẹp, bạn không chỉ trở thành người thừa hưởng những tài sản trên đất mà còn nhận được phần thưởng trên Thiên đàng.

Để sanh bông trái mềm mại: Vậy, bây giờ chúng ta có thể có được bông trái mềm mại không? Nói một cách khác chúng ta nên gieo hạt giống tâm hồn mình vào một vùng đất tốt.Ma-thi-ơ 13: 2-8 '2 Đoàn dân nhóm họp xung quanh Ngài đông lắm, đến nỗi Ngài phải xuống thuyền mà ngồi, còn cả đoàn dân đứng trên bờ.(u) 3 Ngài dùng thí dụ mà giảng nhiều điều cùng họ.

Ngài phán như vậy: Có người gieo giống đi ra đặng gieo. 4 Khi đương gieo, một phần giống rơi dọc đường, chim bay xuống và ăn. 5 Một phần khác rơi nhằm chỗ đất đá sỏi, chỉ có ít đất thịt, bị lấp không sâu, liền mọc lên; 6 song khi mặt trời mọc lên, thì bị đốt, và vì không có rễ, nên phải héo. 7 Một phần khác rơi nhằm bụi gai, gai mọc rậm lên, phải nghẹt ngòi. 8 Một phần khác nữa rơi nhằm chỗ đất tốt, thì sanh trái; hoặc một hột ra được một trăm, hoặc một hột sáu chục, hoặc một hột ba chục'.

Trong Ma-thi-ơ chương 13, tấm lòng của chúng ta được phân chia thành bốn loại đất khác nhau. Tấm lòng ngoài lề đường, sỏi đá, gai góc, và đất tốt. Người có tấm lòng ngoài dọc đường là người tự cho mình là công chính và tự khuôn khổ. Những người có tấm lòng ngoài lề đường là người nghe đạo và rất khó để tin đạo, hạt giống không thể phát triển, hạt giống không thể đam rễ và rơi vào dọc đường thì bị chim đến ăn hết. Những người nầy là người có tấm lòng cứng cõi, họ rất khó mở lòng mình để tiếp nhận chân lý, vì vậy họ không thể gặp gỡ Đức Chúa Trời và cũng không có đức tin.

Họ là những thành phần có kiến thức cao, địa vị cao, và được đào tạo, huấn luyện với một hệ thống giáo dục tiên tiến. Họ tin vào bản thân, họ không tin bất cứ ai, quan điểm của họ mạnh mẽ, lập trường của họ rắn chắc. Cho nên họ khó mà tin Đức Chúa Trời. Để đánh đổ sự công chính và sự khuôn khổ của họ thì trước hết phải loại bỏ tội lỗi trong tấm lòng của họ. Thật sự rất khó khăn để phá bỏ sự công chính và sự khuôn khổ của một người luôn giữ sự kiêu ngạo, bướng bỉnh và giả dối. Đó là những nguyên nhân thuộc xác thịt ngăn cản họ đến với Đức Chúa Trời và tin nhận Ngài.

Một thực tế cho chúng ta thấy rằng, những người nào được sinh ra và lớn lên tại một môi trường giả dối hay nghi ngờ, hay giả dối thì họ sẽ sanh sự nghi ngờ bất cứ điều gì từ một người khác nói, ngay cả khi người khác đang nói sự thật thì họ cũng đem lòng nghi ngờ.

Rô-ma 8:7 "vì sự chăm về xác thịt nghịch với Đức Chúa Trời, bởi nó không phục dưới luật pháp Đức Chúa Trời, lại cũng không thể phục được".

Có một số người ban đầu rất bướng bỉnh và cứng đầu, khi họ tiếp nhận ân điển thì tâm trí của được thay đổi, họ trở nên một người có một đức tin rất sốt sắng. Đây là trường hợp những người có vẻ bề ngoài họ rất cứng rắn nhưng bên trong họ rất mềm mại và nhẹ nhàng. Họ khác với loại người ngoài dọc đường, họ có vẻ bề ngoài cứng rắn và bên trong cũng vậy. Một người có tấm lòng cứng về bề ngoài nhưng bên trong rất nhẹ nhàng điều nầy có thể ví như một miếng băng mỏng, còn người có tấm lòng dọc đường được ví như một hồ nước đóng băng.

Bởi vì một người có tấm lòng dọc đường thì họ có một đời sống không chân thật và có sự ác hiện diện trong họ, vả lại những điều đó đã tồn tại lâu năm theo thời gian so với số năm sinh sống trong cuộc đời họ, khó mà có thể phá vỡ những quy luật đó. Cho nên, chính bản thân họ mỗi ngày phải thay đổi, thay đổi và không thay đổi. Cho dù họ không chấp nhận lời của Đức Chúa Trời trong suy nghĩ và tư tưởng của họ, họ cũng phải luôn suy nghĩ đến những điều tốt lành. Bên cạnh đó, họ cũng phải gieo những hạt giống của sự tốt lành để họ có thể nhận được ân điển của Đức Chúa Trời.

Thỉnh thoảng một vài người nhờ tôi cầu nguyện cho họ để họ có đức tin mạnh mẽ trong Chúa, nhưng rất khó vì chính bản thân họ không nhận được quyền năng của Chúa, lòng họ khó để lắng nghe lời Chúa. Nhưng chúng ta vẫn có hy vọng về những điều tốt đẹp ở phía trước đang chờ đón họ, nếu họ có cố gắng. Đối với những con người có tấm lòng dọc đường, chính bản thân họ phải cố gắng, gia đình họ, hội thánh của họ phải quan tâm, hướng dẫn, cầu nguyện cho họ, đến một ngày nào đó hạt giống tốt chính là lời của Đức Chúa Trời sẽ phát triển và lớn lên trong họ.

Tấm lòng như đất đá thì không có thể yêu thế gian

Nếu bạn gieo hạt giống rơi vào đất đá, bạn sẽ nảy mầm những bạn không thể tăng trưởng tốt vì có nhiều đất đá. Cũng vậy, hễ ai có tấm lòng đất đá thì cuộc đời của họ đầy những đắng cay, bị bắt bớ, cám dỗ đến với họ. Khi họ tiếp nhận ân điển của Đức Chúa Trời, họ trở nên mạnh mẽ trong Chúa, họ rất sốt sắng trong thời gian đầu, và họ cố gắng sống để đẹp lòng Chúa, lấy lời Chúa làm ngọn hải đăng để soi đường dẫn lối của họ, họ cực kỳ sốt sắng trong Đức Thánh Linh.

Tuy nhiên. Ngay sau khi họ tiếp nhận ân điển của Đức Chúa Trời họ trở nên một người để đời sống xác thịt nổi dậy trong họ khi mỗi lần đi nhà thờ, họ luôn đấu tranh trong tư tưởng. Chắc chắn là họ cũng có kinh nghiệm Đức Thánh Linh nhưng họ trở nên nghi ngờ khi để cảm xúc của mình quyết định trong sự nhận biết Chúa, họ đã hành bằng cảm xúc, có lúc họ yêu Chúa, có lúc họ giống như người thế gian, họ đã đóng cửa tấm lòng của họ lại lần nữa.

Đối với những người khác, cuộc xung đột có thể là họ không thể thực sự rời khỏi sở thích hoặc các hoạt động giải trí khác mà họ quen với việc thưởng thức, và họ không giữ ngày của Chúa. Trong khi họ bày tỏ đức tin của mình cho gai đình và người thân thì họ bị bắt bớ từ những thành viên trong gia đình, hoặc bị bắt bớ từ ông chủ của họ tại công sở, họ không muốn đến nhà thờ nữa. Thật sự, họ có một đức tin mạnh mẽ ở trong Chúa, kinh nghiệm được ân điển của Chúa hằng ngày những nếu có vấn đề với thành viên khác trong Hội Thánh, họ trở nên một người chống đối và rời khỏi nhà Hội Thánh.

Vậy, lý do tại sao hạt giống của lời của Đức Chúa Trời không đâm rễ trong họ? Đó là vì những 'tảng đá' được đặt trong lòng. Xác thịt tấm lòng được biểu lộ bằng biểu tượng bằng 'đá tảng' và chính những điều không chân thật này khiến họ không tuân theo lời Chúa. Trong số nhiều điều không trung thực, đây là những điều rất khó khăn mà họ ngăn chặn hạt giống của lời Chúa. Cụ thể hơn, họ đã để tình yêu xác thịt kiểm soát họ và họ yêu thế gian hơn là yêu Chúa.

Nếu họ yêu thế gian, yêu những trò chơi giải trí của thế gian thì tấm lòng của họ trở nên khô khan đối với lời Chúa. Sâu thẳm bên trong tấm lòng của họ lời Chúa nhẹ nhàng nhắc nhở họ "hãy giữ ngày thánh". Hễ ai có tấm lòng đất đá thì họ không thể đến nhà thờ bởi vì họ ghét dâng hiến mọi điều cho Đức Chúa Trời. Vì vậy, họ không thể đâm rễ lập nền trong lời Chúa.

Trong chúng ta là những người tin Chúa lâu năm, đi thờ phượng Chúa hằng ngày, một số người trong chúng ta vẫn có người có tấm lòng đất đá. Ví dụ, mặc dù chúng sinh ra và lớn lên trong các gia đình đạo dòng và họ đã học được lời Chúa từ thời thơ ấu, nhưng chúng ta không sống với lời Chúa hằng ngày. Chúng ta kinh nghiệm Đức Thánh Linh và đôi khi cũng nhận lãnh ân sủng, nhưng họ không bỏ đi tình yêu của họ đối với thế gian. Trong khi chúng ta đang lắng nghe lời Chúa, chúng ta nghĩ rằng chúng ta không nên sống như đời sống hiện tại, nhưng khi chúng ta trở về nhà, chúng ta lại quay trở lại với đời sống cũ. Bởi vì, chúng ta vẫn còn có nhiều đất đá trong tấm lòng của mình, chính điều đó làm cản trở lời của Chúa đâm rễ trong chúng ta.

Ngoài ra, một số mỏ đá chỉ có đá một phần. Ví dụ, một số người rất trung thành nhưng mà không có bất kỳ dấu hiệu nào thay đổi trong tấm lòng của họ. Họ cũng sanh ra bông trái. Nhưng tấm lòng của họ luôn chứa đựng những hận thù, và họ có xung đột với nhiều người. Họ cũng vượt qua sự phán xét và lên án, do đó họ không có sự bình an. Vì lý do này, sau nhiều năm, họ không chịu được bông trái của tình yêu hay bông trái của sự hiền lành. Những người khác có tấm lòng và nhẹ nhàng. Họ rất quan tâm và hiểu biết về người khác, nhưng họ không trung thành. Họ dễ dàng phá vỡ lời hứa và thiếu trách nhiệm trong nhiều khía cạnh. Vì vậy, họ phải cải thiện những thiếu sót của họ để họ trở nên một vùng đất tốt.

Bây giờ chúng ta phải làm gì để cày ruộng đá?

Khi anh ta vừa trở thành một thành viên mới của Hội Thánh thì anh ta chẳng có vị trí hay bất cứ công việc gì trong Hội Thánh, mọi người phải giúp đỡ và chăm sóc anh ta. Nhưng khi anh ta có một nhiệm vụ trong Hội Thánh thì anh ta phải phục vụ lại mọi người. Trong khi làm việc nhiều người không thấy hài lòng về cách của anh ta làm việc và anh ta có thể đã cố gắng rất nhiều nhưng mọi người vẫn không thích cách anh ta làm việc. Ngay lúc đó sự oán giận và nóng giận của anh ta nổi lên như một người khó tính và hay tranh cãi. Anh ta không thể kiềm hành động và cả suy nghĩ của mình, anh ta đã đánh mất Đức Thánh Linh.

Cho nên, những suy nghĩ tiêu cực, tấm lòng đất đá của ta cần phải được cất bỏ. Chính điều đó là nguồn gốc của mọi sự hận thù. Khi anh ta vâng theo lời của Chúa "một thái độ trung tín". Anh ta sẽ nhận ra rằng sự thù ghét cần phải loại bỏ đi trong đời sống của mình. Chỉ có sư vâng lời và bước đi trong tình yêu thương, sự bình an, anh ta mới có thể trở thành một người làm việc khiêm nhường, nhu mì. Nếu chúng ta cất bỏ tội lỗi mình, học lời Chúa, vâng lời Ngài, bước đi tromg sự yêu thương, nhu mì mà Chuá muốn chúng ta trở nên như vậy, ắt hẳn những tấm lòng cay đắng, khô khan ngày nào của chúng thì sẽ không còn ngự trị trong tấm lòng của chúng ta, thay vào đó là tình yêu của Chúa và dẫy đầy Đức Thánh linh.

Thứ hai, để chúng ta cất đi những đất đá trong tấm lòng của chúng ta, chúng ta phải cầu nguyện khẩn thiết với Đức Chúa Trời trong khi chúng ta thực hành lời của Chúa. Khi hạt mưa thấm nhuần lòng đất thì đất trở nên ẩm ướt và mềm dẻo. Đây là thời gian tốt để chúng ta cất bỏ những đất đá. Tương tự, khi chúng ta cầu nguyện, chúng ta sẽ đầy dẫy Đức Thánh Linh, lòng của chúng trở nên dịu dàng, chúng ta phải nhanh chóng cất bỏ đi những đất đá khỏi tấm lòng của chúng ta. Mỗi ngày, chúng ta nhờ ơn Chúa để cất bỏ những điều xấu xa trong lòng, những tản đá lớn ngày nào trong tấm lòng của chúng ta giờ đây đã không còn thay vào đó là sự ân điển và sức mạnh của Chúa ngự trị trong ta.

Hạt giống rơi vào gai gốc thì không thể mang lại kết quả vì còn yêu thế gian, đời sống như thế gian và yêu vật chất.

Nếu chúng ta gieo hạt giống rơi vào những bụi gai thì hạt giống có thể nẩy mầm và tăng trưởng nhưng những hạt giống đó không thể đơm hoa kết trái. Điều nầy cũng tương tự như tấm lòng của một người nào đó, họ cố gắng để sống với lời của Chúa, cố gắng thực hành mỗi ngày. Thế nhưng, họ không thể đặt để lời Chúa vào trong lối sống hằng của họ. Bởi vì, họ còn lo lắng về tiền bạc, lo lắng về vật chất, cơm an áo mặc như người thế gian, những thú vui phù phiếm xa hoa của thế gian thu hút họ, họ yêu thế gian, và đây cũng chính là lý do đời sống họ trở nên khô khăn và thiếu sức sống.

Mặc dù có nhiều người họ có tấm lòng mềm mại và năng lực từ Chúa, nhưng khi họ đến nhà thờ thờ phượng Chúa, họ vẫn nghĩ đến những công việc ở nhà, những công việc ở công sở, kinh doanh, gặp gỡ đối tác. Thậm chí, họ đi nhà thờ thường xuyên, được học và nghe lời Chúa mỗi ngày vào ngày Chủ nhật, nhưng họ không nhận được sự vui mừng, bình an, họ không nếm trãi được sự ngọt ngào trong ngày Thánh nhật, nếm trãi được sựu ngọt ngào trong lời Chúa. Họ đã đánh mất những phước lành mà Đức Chúa Trời dành cho họ. Để cày cấy một tấm lòng bụi gai trở thành một vùng đất tốt, chúng ta phải thực hành lời Chúa mỗi ngày, bước đi với Chúa mỗi ngày, kinh nghiệm Chúa mỗi ngày.

Vậy, bây giờ chúng ta phải làm thế nào để cải tạo cánh đồng bụi gai?

Trước hết, chúng ta phải nhổ bỏ tận gốc cội rễ của gai gốc. Đó là những sy nghĩ xác thịt, là những cái ác trong tâm trí chúng ta, đời sống cũ trong đời sống chúng ta. Cũng một thể ấy, suy nghĩ của chúng còn vấn vương tội lỗi, chấp chứa cái ác thì lòng của chúng chứa đựng sự hận thù và ganh ghét. Muốn được cắt bỏ đi những điều đó thì chúng ta phải tỉa sửa, cắt bỏ đi những cái xấu trong suy nghĩ, trong tâm của chúng thay, từ bỏ đi đời sống xác thịt, cái tôi, chúng ta phải cắt bỏ đi cái rễ của xác thịt khổ tấm lòng và suy nghĩ của chúng ta. Cắt bỏ sự cay đắng, oán giận, những mưu lợi, tính toan trong cuộc sống, cắt bỏ sự ham mê của mắt, ham mê của xác thịt, thay vào đó đặt để lời Chúa hiện diện trong đời sống chúng ta, sống bởi lời Ngài, quyền năng của lời Chúa sẽ giúp chúng ta đánh đổ mọi sự gian trá trong tấm lòng, lúc đó sự bình an và vui mừng tuôn tràn trên đời sống của chúng ta.

Gieo trồng trên vùng đất tốt

Khi những hạt giống được gieo trồng trên vùng đất tốt, hạt giống được nảy nở, tăng trưởng, kết quả đến nỗi mỗi hột ra một trăm, hột khác sáu chục, hột khác ba chục. Những người có tấm lòng như vùng đất tốt họ sẽ không giống những người có tấm lòng dọc đường, tấm lòng đất đá, sỏi đá. Đời sống của họ không chứa đựng những sỏi đá, hay bụi gai, thay vào đó họ sống một đời sống vâng lời, họ luôn luôn cảm tạ Chúa trong mọi hoàn cảnh, họ có một đời sống kết quả, giàu có và thịnh vượng.

Tuy nhiên, chưa hẳn những người có tấm lòng như một vùng đất tốt họ sống không biết giả dối, họ có thể. Thật khó khăn để cắt bỏ đi hết những tấm lòng dọc đường, tấm lòng đất đá sỏi, tấm lòng bụi gai trong đời sống của chúng ta. Nhưng không vấn đề gì, chúng ta có thể biến những vùng đất đó thành vùng đất tốt nếu chúng ta cấy cấy, trồng trọt, vậy chúng ta sẽ làm như thế nào? Bằng cách nhờ cậy năng quyền lời của Đức Chúa Trời sẽ thay đổi tấm lòng của chúng ta, cho dù tấm lòng đó là sỏi đá, đất đá hay bụi gai đi chăng nữa, có Đức Thánh Linh, mọi sự sẽ thay đổi hoàn toàn.

Tuy nhiên, không phải chỉ có Đức Thánh Linh là cần thiết để thay đổi tấm lòng của chúng ta mà chúng ta cũng phải kết hợp với Đức Thánh Linh, bản thân chúng ta cũng phải nỗ lực, bản thân của chúng ta cũng phải momg muốn , ước ao về điều đó, cộng thêm sự nỗ lực và thực hành của chúng ta, chúng ta ăn năn cầu nguyện, khẩn cầu Chúa thay đổi những điều xấu xa trong lòng của chúng ta, có thể là hằng tuần, hằng tháng, chúng ta cứ nhờ cậy Đức Thánh Linh trong mọi sự.

Đức Chúa Trời nhìn thấy sự nỗ lực của chúng ta, Ngài ban sẽ ban cho chúng ta ân điển và năng quyền của Đức Thánh Linh. Năm tháng qua đi, đời sống chúng ta được thay đổi, chúng ta trở nên những con người sống chân thật, nói những lời nói tốt lành, suy nghĩ những điều tốt lành

vgChúng ta gieo hạt giống trên vùng đất tốt lành, những bông trái tốt lành cũng sản sinh trong đời sống chúng ta. Chúng ta sẽ tránh xa đời sống không chân thật, tranh đấu, ghen ghét, buồn giận, cãi lẫy, bất bình, bè đảng, tự cao, khô khan. Tấm lòng mềm mại có mối liên hệ mật thiết với sự Thánh khiết hơn là những bông trái Thánh Linh. Trong mọi sự chúng ta dùng lời cầu nguyện để tấm lòng của chúng ta như vùng đất tốt, đơm hoa kết trái. Chúng ta sẽ được nghe tiếng Chúa phán, nghe được tiếng của Đức Thánh Linh, để chún ta có một đời sống kết quả cho Chúa và thịnh vượng mọi bề.

Những phước lành của Chúa ban cho người có tấm lòng mềm mại

Thật không dễ dàng cho một người mà không có tấm lòng mềm mại để điều hành một công ty với số lượng nhân viên lên đến hàng trăm người, hoặc thậm chí để lãnh đạo một nhóm, một cộng đồng người. Cho nên, để có thể kết nối với mọi người và dành được tình cảm của họ thì phải có một tấm lòng mềm mại. Nhưng trên thực tế, xã hội chúng ta đang sống đa phần mọi người thích theo những người có quyền lực và tiền bạc, có như vậy, khi gặp khó khăn họ sẽ được những người nầy giúp đỡ.

Một câu nói của người Hàn Quốc: "Khi một con chó của một người chủ chết thì có một lũ người than khóc, nhưng khi chính ông chủ qua đời, sẽ không có người than khóc." Thật vậy, ở đâu đó vẫn có những con người có tấm lòng rộng lượng, có tình yêu thương cho dù họ không còn giàu có và quyền lực, họ vẫn sống cho lý tưởng của mình. Khi một người có quyền lực và giàu có thì sẽ có nhiều người chạy theo, muốn làm nô lệ của họ, nhưng sẽ vô cùng hiếm để tìm được một ai đó sống trung thành với chủ của của mình cho đến cuối cùng cho dù chủ của mình thất bại, mất hết vật chất và quyền lực.

Thậm chí ở trong Hội Thánh, có một vài người lãnh đạo nói rằng rất khó có thể chấp nhận và điều hành các thành viên trong nhóm tế bào. Các thành viên trong nhóm tế bào tự chọn những người lãnh đạo mà mình yêu thích, chọn những người lãnh đạo có tấm lòng mềm mại. Được sự dẫn dắt của một người lãnh đạo có tấm lòng nhu mì, mềm mại, họ cảm thấy có sự bình an, vui mừng, và hạnh phúc. Những người làm lãnh đạo trong Hội Thánh, những người làm mục sư phải có một tấm lòng mềm mại để có thể kết nối với tất cả mọi người, cho họ một cảm giác bình an khi họ tin tưởng mình.

Có những phước lành dành cho người có tấm lòng nhu mì. Ma-thi-ơ 5:5 ".

Thật phước cho những người có tấm lòng nhu mì, họ sẽ hưởng được đất. Đất ở đây không phải đề cập đời sống ở thế gian mà là nhận được đất trên Thiên đàng. Chúng ta sẽ nhận được ngôi nhà lớn, ngôi nhà xinh đẹp, trang hoàng ở trên Thiên đàng. Bởi tấm lòng nhu mì của chúng ta. Chúa sẽ ban cho chúng ta một vị trí thật đặc biệt trên Thiên đàng, chúng ta sẽ có được hạnh phúc mãi mãi và được ở với Chúa mãi mãi

Vì vậy, tôi hy vọng bạn sẽ trồng tấm lòng của bạn vào một vùng đất tốt, để bạn nhận được những bông trái của sự tốt lành, để đời sống bạn đem phước hạnh cho nhiều người dẫn mọi người tiếp nhận Chúa.

1 Cô-rinh-tô 9: 25

"Hết thảy những người đua tranh, tự mình chịu lấy mọi sựu kiêng ky, họ chịu vậy để được mão triều thiên hay hư nát. Nhưng chúng ta chịu vậy, để được mão triều thiên không hay hư nát".

Không có luật pháp nào cấm các sự đó

CHƯƠNG 10

TIẾT ĐỘ

Tiết độ là yêu tố cần thiết trong mọi khía cạnh của đời sống
Tiết độ là chúng ta thể hiện mình là con cái
của Đức Chúa Trời
Tiết độ là sự hoàn hảo trong bông trái Đức Thánh Linh
Những chứng cớ để chúng ta nhận diện bông trái Tiết độ
Nếu bạn muốn có bông trái tiết độ

TIẾT ĐỘ

Trong một cuộc chạy đua Ma-ra-tông với một đoạn đường 42.195km(tương đương 26 dặm). Các vận động viên phải có khả năng kiểm soát được tốc độ của mình một cách tốt nhất để về được đích. Vì đây không phải là đoạn đường ngắn để có thể về đích dễ dàng, họ phỉa luôn giữ tốc độ chậm rãi, ổn định, không chạy chậm và cũng không nhanh, đến thời điểm thích hợp thì họ có thể tăng tốc hết mình.

Trong cuộc sống của chúng ta cũng như vậy. Chúng ta phải có một đức tin vững vàng để chúng ta có được sức mạnh trong cuộc đua đức tin, vượt qua mọi trở ngại để dành lấy chiến thắng. Hơn nữa, hễ những ai muốn nhận vương quốc vinh hiển trên Thiên đàng thì phải thực hành sự tiết độ trong mọi khía cạnh của cuộc sống.

Tiết độ là yêu tố cần thiết trong mọi khía cạnh của đời sống

Xã hội chúng ta đang sống có quá nhiều người không có một đời sống tiết độ, đời sống của họ trở nên khó khăn và phức tạp. Chính bản thân họ tự tạo ra những vấn đề cho họ. Ví dụ, có những người làm cha mẹ, những cặp vợ chống chỉ có một người con, cho nên họ yêu thương và cưng chiều quá mức, thành ra người con đó trở nên hư hỏng, nghiện ngập, phá hoại. Những người làm cha mẹ họ biết điều đó, nhưng họ vẫn yêu và quan tâm đến những người con của họ. Họ nói rằng điều nầy sẽ không còn xảy ra, đây là lần cuối cùng, tôi sẽ không cho điều đó xảy ra nữa, nhưng cuối cùng mọi chuyện vẫn tái diễn lại nhiều lần, bởi vì họ không thể kiểm soát được chính họ.

Trong lịch sử trung hoa có một câu chuyện tiểu thiết nổi tiếng trong thời Tam Quốc kể về một người rất lăng măng tên là Zhang Fei. Zhang Fei là một người đầy tình cảm và dũng cảm nhưng Zhang Fei cũng có tính hung hăng và hung dữ. Liu Bei và Guan Yu, người tuyên thệ với lầm anh em với nhau, luôn lo lắng rằng anh ta có thể mắc sai lầm bất cứ lúc nào. Zhang Fei nhận đươcj rất nhiều lơn khuyên nhưng anh ta chẳng có sự thay đổi nào. Thậm chí, ngược lại anh ta gặp qua nhiều vấn đề chỉ vì anh ta quá nóng tính. Anh ta đánh đập và đánh đập các cấp dưới của anh ta, những người không đáp ứng được mong đợi của anh ta, và cuối cùng Liu Bei và Guan Yu cảm thấy họ đã bị trừng phạt một cách sai trái có ác cảm với anh ta, cho nên ám sát anh ta và đầu hàng vào trại của địch.

Tương tự như vậy, hễ ai mà không kiểm soát được cảm giác sự giận giữ của mình trước đám đông hay tại công xưởng thì sẽ rất dễ dàng gây ra sự tranh cạnh và gây gổ giữa mọi người, thì họ sẽ đánh mất mối quan hệ với người đó, và trở thành kẻ thù với họ. Nhưng một người có có một đời sống khôn ngoan, họ sẽ kiểm soát được mọi tình huống, mọi hoàn cảnh. Thậm chí, họ có bị hiểu lầm, bị nghi oan nhưng họ có thể kiểm soát được giận hờn, và họ vẫn có thể nói ra những lời nhẹ nhàng tư môi miếng của họ. Chính những hành động khôn ngoan đó sẽ dành lại tình cảm và tấm lòng của nhiều người, họ tin tưởng chúng ta.

Tiết độ là chúng ta thể hiện mình là con cái của Đức Chúa Trời

Điều căn bản ở đây, chúng ta là con cái của Đức Chúa Trời, chúng ta cần phải có một đời sống tiết độ để chúng ta từ bỏ những tội lỗi trong chúng ta. Chúng ta mà không có một đời sống tiết độ, chúng ta sẽ cảm thấy khó khăn hơn trong vấn đề từ bỏ tội lỗi, khi chúng ta lắng nghe lời Chúa, tiếp nhận ân điển của Đức Chúa Trời, chúng ta nhờ đó để bản thân mình được thay đổi, thế những chúng ta lại vẫn bị cám dỗ bởi thế gian.

Chúng ta có thể nhìn thấy điều này bằng những từ xuất phát từ môi miếng của chúng ta. Nhiều người cầu nguyện để làm cho môi miếng của họ thánh thiện và hoàn hảo. Nhưng trong cuộc sống của họ, họ quên đi những gì họ cầu nguyện, và họ chỉ nói theo ý họ, theo những thói quen cũ. Khi họ nhìn thấy một điều gì đó xảy ra mà họ khó hiểu vì nó đi ngược lại những gì họ nghĩ hoặc tin tưởng, một số người sớm than phiền và phàn nàn về điều đó, họ không hiểu tại sao lại xẩy ra với họ, mọi thứ đều chống nghịch lại với những gì họ nghĩ và tin tưởng, cho nên vài người sớm trở thành những con người hay cằm rằm, cằn nhằn và phàn nàn về điều đó.

Họ cảm thấy hối tiếc sau những sự việc họ đã làm, họ bị cảm xúc chi phối và điều khiển. Ngoài ra, một số người thích nói chuyện rất nhiều mà họ không thể dừng lại khi họ bắt đầu nói chuyện. Họ không có sự phân biệt giữa các từ của sự thật và không đúng sự thật, và những điều họ nên nói và không nên, vì vậy họ mắc nhiều sai lầm. Chỉ vào khía cạnh của lời nói, chúng ta có thể hiểu được tầm quan trọng sự ích lợi trong lời nói là quan trọng như thế nào.

Tiết độ là sự hoàn hảo trong bông trái Đức Thánh Linh

Bông trái tiết độ là một trong những bông trái của Đức Thánh Linh, sự tiết độ không chỉ đơn giản đề cập đến việc kiểm soát bản thân khỏi phạm tội. Tiết độ là một trong những bông trái của Đức Thánh Linh để kiểm soát những bông trái Thánh Linh khác để họ có thể trở nên hoàn hảo. Bông trái đầu tiên là trái của tình yêu thương và cuối cùng là sự tiết độ. Sự tiết độ là tương đối ít chú ý hơn các loại bông trái khác, nhưng nó là rất quan trọng. Nó kiểm soát tất cả mọi thứ để có thể có sự ổn định, tổ chức và tính cụ thể. Bông trái tiết độ được đề cập cuối cùng trong chín bông trái Đức Thánh Linh, bởi tất cả các bông trái khác muốn hoàn hảo thì phải được tiết độ.

Ví dụ, mặc dầu chúng ta có được sự vui mừng nhưng chúng ta phải tiết độ để thể hiện sự vui mừng đó cho đúng cách và hợp lý, có nghĩa là khi bạn đi đến một nhà có tang chế mà bạn cũng có thể cười, bạn nở nụ cười thật to trên khuôn mặt của bạn. Nếu bạn có hành động như vậy thì mọi người sẽ nói gì về bạn? Họ sẽ nói bạn là một người chẳng có sự từ tốn và nhã nhặn dù bạn có được bông trái của sự vui mừng. Thậm chí chúng ta có thể vui mừng hớn hở khi chúng ta được Chúa cứu chuộc chúng ta nhưng chúng ta cũng phải biết kiểm soát sự vui mừng đó trong mọi hoàn cảnh.

Điều quan trọng chúng ta phải biết tiết độ khi chúng ta trung tín với Đức Chúa Trời. Nếu bạn có nhiều nhiệm vụ, bạn phải phân bố thời gian một cách hợp lý để bạn có thể ở nơi bạn cần nhất trong thời gian thích hợp. Ngay cả khi một cuộc họp đặc biệt rất ân cần, bạn cần phải hoàn thành nó khi nó cần phải được hoàn thành.

Cũng như các bông trái khác của Đức Thánh Linh, bào gồm tình yêu thương, thương xót, nhân từ, hiền lành vvv. để đời sống chúng ta sản sinh ra bông trái Thánh Linh, chúng ta phải theo sự hướng dẫn của Đức Thánh Linh, ưu tiên cho những công việc đáng làm và nên làm. Một đời sống có Đức Thánh Linh hướng dẫn thì sẽ sanh những bông trái Thánh Linh trong đời sống, một đời sống đẹp lòng Ngài. Hơn thế nữa, khi chúng ta khát khao Đức Thánh Linh và muốn có một đời sống trọn vẹn, chúng ta phải có bông trái tiết độ. Đó là lý do tại sao chúng ta nói rằng tất cả các bông trái Thánh Linh được hoàn hảo là có bông trái tiết độ, là bông trái cuối cùng trong chín bông trái của Thánh Linh.

Những chứng cớ để chúng ta nhận diện bông trái Tiết độ

Một người có bông trái Thánh Linh trong đời sống, người đó sẽ bày tỏ những bông trái Thánh Linh qua đời sống mình, và những bông trái Thánh Linh trở thành trung tâm chính trong đời sống của người đó, mọi sự người làm đều được kiểm soát bởi bông trái Thánh Linh. Dẫu nhận được những điều tốt lành hay không tốt lành, người đó vẫn vui mừng và sống bởi sự hướng dẫn của Đức Thánh Linh.

Bây giờ tôi sẽ giải thích làm cách nào để tiết độ?

Trước hết, chúng ta sẽ làm theo một cách có trật tự hoặc thứ

bậc trong mọi thứ:

Bằng cách hiểu vị trí của chúng ta theo thứ tự, chúng ta sẽ hiểu khi nào chúng ta nên hành động hay không và những lời chúng ta nên hoặc không nên nói. Sau đó, sẽ không có bất kỳ tranh chấp, cãi lộn hoặc hiểu nhầm nào. Ngoài ra, chúng tôi không làm bất cứ điều gì đó không phù hợp hoặc những điều vượt quá giới hạn của vị trí của chúng tôi. Ví dụ: giả sử người lãnh đạo nhóm nhiệm vụ yêu cầu quản trị viên thực hiện một công việc nhất định. Quản trị viên này có đầy đam mê, và ông cảm thấy rằng ông có một ý tưởng tốt hơn, do đó ông đã thay đổi một số điều theo ý của mình và làm công việc cho phù hợp. Sau đó, mặc dù anh đã làm việc với rất nhiều niềm đam mê, anh đã không giữ trật tự bằng cách thay đổi mọi thứ do thiếu tự chủ.

Đức Chúa Trời có thể đánh giá chúng ta rất cao khi chúng ta làm theo trật tự theo các vị trí khác nhau trong các nhóm truyền giáo của Hội Thánh. Chẳng hạn, như tổng thống, phó chủ tịch, quản trị viên, thư ký, hoặc thủ quỹ. Các nhà lãnh đạo của chúng ta có thể có những cách khác nhau để làm việc hơn công việc riêng của chúng ta. Sau đó, mặc dù cách của chúng ta nhìn tốt hơn và có khả năng mang lại nhiều kết quả hơn, chúng ta không thể chịu đựng kết quả tốt nếu trật tự và hòa bình bị phá vỡ. Sa-tan luôn can thiệp khi sự bình an bị phá vỡ, và công việc của Đức Chúa Trời sẽ bị cản trở. Trừ phi một điều chắc chắn là không đúng sự thật, chúng ta làm việc phải nghĩ đến cả nhóm, và tuân theo và theo vâng lời, theo đuổi sự bình an trong một cách trật tự để mọi điều có thể được thực hiện một cách tuyệt vời.

Thứ hai, chúng ta có thể xem xét nội dung, thời gian, và vị trí ngay cả khi chúng ta làm điều gì đó tốt.

Ví dụ, để cầu nguyện cho một điều tốt, bạn cầu nguyện bất cứ chỗ nào, và bạn cầu nguyện với sự khóc lóc bất kỳ một vị trí ngẫu nhiên mà chẳng có sự thận trọng thì bạn có thể làm nhục danh Chúa. Ngoài ra, khi bạn rao giảng Phúc âm hoặc thăm viếng các thành viên hãy nhờ cậy sự hướng dẫn của Đức Thánh Linh, bạn nên phân biệt những lời bạn nói. Mặc dù bạn hiểu những điều sâu thẳm từ Đức Thánh Linh, bạn cũng không thể nói cho mọi người. Nếu bạn cung cấp một cái gì đó không phù hợp với thước đo đức tin của người nghe, thì nó có thể khiến người đó vấp ngã hoặc vượt qua sự phán xét và lên án.

Trong một số trường hợp, một người có thể đưa ra lời khai của mình hoặc đưa ra những gì ông đã hiểu về mặt thuộc linh đối với những người bận rộn với các tác phẩm khác. Mặc dù nội dung là rất tốt, nhưng anh ta không thể thực sự làm người khác trừ khi nó được cung cấp trong một tình huống thích hợp. Mặc dù nội dung là rất tốt, nhưng anh ta không thể thực sự làm người khác trừ khi nó được cung cấp trong một tình huống thích hợp. Mặc dù những người khác có thể nghe anh ta không thô lỗ với anh ta, họ không thể thực sự quan tâm đến lời khai vì họ rất bận rộn và lo lắng.

Để tôi cho bạn xem một ví dụ khác. Khi toàn bộ giáo xứ hay một nhóm người có một cuộc họp với tôi để lấy ý kiến, và nếu một người tiếp tục kể những lời khai của mình. Những gì sẽ xảy ra với cuộc họp đó? Người đó đang dâng hiế cho Đức Chúa Trời vì người đầy ân sủng và Thánh Linh. Nhưng kết quả là, một cá nhân dùng quyền tự chủ cá nhân mình mà dùng thời gian được phân bổ cho cả nhóm. Điều này là do thiếu tự chủ. Mặc dù bạn đang làm một cái gì đó rất tốt, bạn nên xem xét tất cả các loại tình huống và tiết độ.

Thứ ba, chúng ta không thiếu kiên nhẫn hoặc vội vã nhưng bình tĩnh vì vậy chúng ta có thể phản ứng với từng tình huống một cách phân biệt.

Những người không có sự tự chủ là thiếu kiên nhẫn và thiếu sự quan tâm đến người khác. Khi họ vội vàng, họ có ít khả năng hơn trong việc phân biệt, và họ có thể bỏ lỡ một số điều quan trọng. Họ nhanh chóng vượt qua sự phán xét và lên án gây ra sự khó chịu cho một số người. Đối với những người thiếu kiên nhẫn khi lắng nghe hoặc trả lời người khác, họ mắc nhiều lỗi. Chúng ta không nên can thiệp hay gián đoạn trong khi người khác đang nói chuyện. Chúng ta nên lắng nghe cẩn thận cho đến khi kết thúc để chúng ta có thể tránh những kết luận vội vàng. Hơn nữa, cách này chúng ta có thể hiểu ý định của người đó và phản ứng lại với nó.

Trước khi nhận được Đức Thánh Linh, Phi-e-rơ là một người có tính cách thiếu kiên nhẫn và cởi mở. Anh ta đã cố gắng hết sức để tiết độ bản thân mình trước mặt Chúa Giê-su. Nhưng thậm chí biết như vậy, tính cách của anh ta vẫn lộ ra. Khi Chúa Giê-su phán với Phi-r-rơ rằng người sẽ chối ta ba lần trước khi Chúa chịu hy sinh, ngay lập tức Phi-e-rơ nói với Chúa Giê-rằng việc đó sẽ không xảy ra với Chúa. Nếu Phi-e-rơ có đã có được bông trái tiết độ thì anh ta sẽ không đồng ý với Chúa Giê-su, nhưng anh ta cố gắng tìm ra một câu trả lời chính xác. Nếu anh ta biết rằng Chúa Giê-su là Con của Đức Chúa Trời thì anh ta sẽ không bao giờ nói điều vô nghĩa, anh ta nên giữ những lời của Chúa Giê-su trong tâm trí mình. Bằng cách đó, anh ta có thể đã đủ thận trọng để điều đó sẽ không xảy ra. Sự phân biệt đúng đắn cho phép chúng ta phản ứng một cách hợp lý đến từ sự tiết độ.

Người Do thái tự hào về đất nước họ và bản thân họ. Họ rất tự hào vì họ đã giữ đúng luật pháp của Đức Chúa Trời. Và từ khi Chúa Giê-su đã khiển trách những người Pha-ri-xi và người Sa-đu-sê là những nhà lãnh đạo chính trị và tôn giáo, họ không thể có những cảm xúc thánh thiện đối với Chúa. Đặc biệt, khi Chúa Giê-su nói Ngài là Con của Đức Chúa Trời, họ coi đó là sự báng bổ. Vào thời điểm đó, Lễ hội tạ ơn đã gần. Khoảng thời gian thu hoạch, họ lập ra các gian hàng để nhớ những ngày xuất khỏi Ai-cập và cảm tạ Chúa. Mọi người thường lên Giê-ru-sa-lem để ăn mừng lễ hội. Nhưng Chúa Giê-su đã không đi đến Giê-ru-sa-lem mặc dù ngày lễ đã đến gần, và các anh em của ông kêu gọi Ngài đi đến Giê-ru-sa-lem, thể hiện những phép lạ, và tự bày tỏ chính mình để có được sự ủng hộ từ mọi người. Giăng 7: 3-5 "Anh em Ngài nói rằng: Hãy đi khỏi đây và qua xứ Giu-đê, để cho các môn đồ cũng xem các việc thầy làm. Khi nào người ta muốn tỏ mình ra, thì không ai làm kín giấu việc gì. Vì thầy làm những sự đó, hãy tỏ mình cho thiên hạ. Bởi chưng chính các anh em Ngài không tin Ngài".

Mặc dù điều gì đó có vẻ hợp lý nhưng nó không có mối liên hệ với Đức Chúa Trời, trừ khi nó phù hợp với ý muốn của Ngài. Vì những tư tưởng của họ, ngay cả những anh em của Chúa Giê-su cũng nghĩ rằng điều đó không đúng khi họ thấy Chúa Giê-su đang chờ đợi thời gian yên lặng của Ngài.

Nếu Chúa Giê-su không có sự tiết độ, thì Ngài sẽ lên Giê-ru-sa-lem ngay lập tức để tự tỏ mình ra. Nhưng Ngài không bị run rẩy bởi lời của anh em Ngài. Ngài chỉ chờ đợi thời điểm thích hợp và vì sự quan phòng của Đức Chúa Cha được tiết lộ. Sau đó, Ngài đi đến Giê-ru-sa-lem, trong khi những anh em khác đã đi đến Giê-ru-sa-lem trước. Ngài đã hành động theo ý muốn của Đức Chúa Cha và biết chính xác khi nào nên đi và khi nào nên ở lại.

Nếu bạn muốn có bông trái tiết độ

Khi chúng ta nói chuyện với người khác, chúng ta nhận thấy tấm lòng của họ khác biệt với những lời nói của họ. Một số người cố gắng tiết lộ những lỗi lầm của người khác, còn lỗi lầm của mình thì ẩn giấu. Họ có thể yêu cầu một điều gì đó để thỏa mãn lòng tham của mình, nhưng họ lại yêu cầu điều đó cho người khác, thay là hỏi cho bản thân thì họ nói hỏi cho người khác. Họ dường như đặt câu hỏi để hiểu ý Chúa, nhưng trên thực tế, họ đang cố gắng đưa ra câu trả lời họ muốn.

Nhưng nếu bạn bình tĩnh nói chuyện với họ, chúng ta có thể thấy rằng tấm lòng của họ cuối cùng đã được tiết lộ. Những người tiết độ sẽ không dễ dàng bị rung động bởi những lời nói của người khác. Họ có thể bình tĩnh lắng nghe người khác và có thể nhận ra sự thật bởi các công việc của Đức Thánh Linh. Nếu họ phân biệt với khả năng tiết độ và trả lời, họ có thể giảm được nhiều sai lầm có thể xảy ra do các quyết định sai. Trong phạm vi đó, họ sẽ có thẩm quyền và trọng lượng cho lời nói của họ. Do đó, lời nói của họ có thể có tác động mạnh mẽ hơn đến người khác. Bây giờ làm thế nào chúng ta có thể sanh ra bông trái tiết độ?

Thứ nhất, chúng ta phải có một tấm lòng không bao giờ thay đổi.

Chúng ta phải rèn luyện tấm lòng chân thật, một tấm lòng không có sự giả dối hay xảo quyệt. Sau đó, chúng ta có thể có năng quyền để làm những gì chúng ta quyết định làm. Dĩ nhiên, chỉ với một đêm chúng ta không thể rèn luyện loại tấm lòng này. Bản thân chúng ta cần phải luyện tập liên tục, bắt đầu bằng việc giữ tấm lòng chúng ta trong những điều nhỏ nhặt nhất.

Có một câu chuyện kể về người thầy và các môn đồ của ông. Một ngày nọ, họ đi ngang qua chợ và một số người buôn bán trên cái chợ đó đã có một sự hiểu lầm về họ và bắt đầu tranh cãi với họ. Các môn đồ tức giận và bước vào cuộc cãi vã, nhưng người thầy thì rất bình tĩnh. Sau khi họ trở về, người thầy lấy ra khỏi tủ quần áo một bó thư. Những lá thư chứa nội dung đã chỉ trích ông ta một cách vô căn cứ, và ông ta đã cho các môn đồ của mình xem.

Rồi người thầy nói, "Thầy không thể tránh bị hiểu lầm. Nhưng thầy không quan tâm đến sự hiểu lầm của người khác. Thầy không thể tránh được sự ô uế đầu tiên xảy đến với thầy, nhưng thầy vẫn có thể tránh được sự dại dột của việc làm bẩn thỉu".

Ở đây, sự ô uế đầu tiên là để trở thành một đối tượng của tin đồn của người khác. Sự ô nhục thứ hai là có những cảm giác khó chịu và trở nên cãi cọ và tranh cãi vì những tin đồn.

Nếu chúng ta có tấm lòng giống như của bậc thầy nầy, chúng ta sẽ không bị rung động bởi bất cứ tình huống nào. Nhưng đúng hơn là chúng ta sẽ có thể giữ được tấm lòng của chúng ta, và cuộc sống của chúng ta sẽ trở nên bình an. Những người có thể giữ tấm lòng của mình thì có thể kiểm soát bản thân trong tất cả mọi tình huống. Trong phạm vi mà chúng ta loại trừ tất cả các loại ma quỷ đem đến cho chúng ta; như hận thù, ghen tị, ghen tuông, chúng ta có thể tin tưởng và yêu mến Đức Chúa Trời.

Những điều cha mẹ tôi đã dạy tôi trong thời thơ ấu đã giúp tôi rất nhiều trong công việc mục vụ của tôi. Trong khi tôi được dạy về cách diễn đạt, lối đi, cách cư xử và hành vi đúng đắn, tôi đã học cách giữ tấm lòng mình và tự tiết độ bản thân mình. Một khi chúng ta tạo nên tâm trí của mình, chúng ta phải giữ nó và không thay đổi nó theo lợi ích của chính chúng ta. Khi chúng ta tích lũy những nỗ lực như vậy, cuối cùng chúng ta sẽ có tấm lòng không đổi và đạt được sức mạnh sự tiết độ.

Tiếp theo, chúng ta phải đào tạo bản thân mình để lắng nghe những ý muốn của Đức Thánh Linh bằng cách không xem xét ý kiến riêng của chúng ta trước nhất.

Trong phạm vi mà chúng ta học Lời Chúa, Đức Thánh Linh cho phép chúng ta nghe tiếng của Ngài qua Lời mà chúng ta đã học được. Ngay cả khi chúng ta bị cáo buộc một cách sai lầm, Đức Thánh Linh bảo chúng ta tha thứ và yêu thương. Sau đó, chúng ta có thể suy nghĩ "Người này phải có lý do để làm những gì anh ta đang làm. Tôi sẽ cố gắng để cho sự hiểu lầm của mình không có bởi vì lý do của anh ta rất thân thiện. Nhưng nếu tấm lòng của chúng ta có nhiều điều không chân thật. Trước tiên, chúng ta sẽ nghe thấy tiếng nói của Sa-tan. "Nếu tôi để anh ta một mình, anh ta sẽ tiếp tục nhìn tôi. Tôi phải dạy anh một bài học". Ngay cả khi chúng ta có thể nghe tiếng Đức Thánh Linh, chúng ta sẽ biết điều đó bởi vì lời nói từ Thánh

Linh nhưng lời nói đó quá yếu so với những tư tưởng của chúng ta bị tà linh áp đảo.

Vì thế, chúng ta có thể nghe được tiếng nói của Đức Thánh Linh khi chúng ta siêng năng từ bỏ những điều không thật lòng trong lòng chúng ta và giữ Lời Chúa trong lòng. Chúng ta sẽ có thể ngày càng nghe được tiếng nói của nhỏ nhẹ của Đức Thánh Linh hơn khi chúng ta vâng lời. Trước tiên, chúng ta phải cố gắng nghe tiếng Chúa Thánh Linh, hơn là những gì chúng ta nghĩ là khẩn cấp hơn và điều chúng ta nghĩ là tốt. Sau đó, khi chúng ta nghe tiếng của Ngài và nhận được sự thúc giục của Ngài, chúng ta phải tuân theo lời và đưa lời Chúa vào trong đời sống của chúng ta. Khi chúng ta tập luyện để chú ý và tuân theo những ham muốn của Đức Thánh Linh trong mọi lúc, mọi nơi. Chúng ta sẽ có thể phân biệt được giọng nói rất mờ nhạt của Đức Thánh Linh. Sau đó, chúng ta sẽ có được sự hòa hợp trong mọi thứ.

Theo một nghĩa nào đó, có vẻ như sự tiết độ có đặc điểm ít nổi bật nhất trong số chín bông trái Thánh Linh khác. Tuy nhiên, sự tiết độ là cần thiết trong tất cả các lĩnh vực của các loại trái Thánh Linh. Sự tiết độ là sự tự chủ điều khiển tất cả tám bông trái Thánh Linh còn lại: Tình yêu thương, sự vui mừng, bình an, nhịn nhục, nhân từ, hiền lành, trung tín, và mềm mại. Hơn nữa, tất cả tám bông trái còn lại sẽ được hoàn thành chỉ với bông trái tiết độ, và vì lý do này, sự tự tiết độ là quan trọng nhất.

Mỗi bông trái của Đức Thánh Linh quý giá hơn và đẹp hơn bất kỳ loại đá quý nào của thế gian nầy. Chúng ta có thể nhận được mọi thứ chúng ta cầu xin trong lời cầu nguyện và chúng ta sẽ thành công trong tất cả mọi thứ nếu chúng ta có những bông trái của Đức Thánh Linh. Chúng ta cũng có thể mặc khải vinh quang của Đức Chúa Trời bằng cách bày tỏ quyền năng và uy quyền của sự sáng của Đức Chúa Trời cho thế giới này. Tôi hy vọng bạn sẽ có các bông trái của Đức Thánh Linh hơn bất kỳ kho báu nào của thế giới này.

Ga-la-ti 5: 22-23

"Nhưng trái của Thánh Linh, ấy là lòng yêu thương, sự vui mừng, bình an, nhịn nhục, nhân từ, hiền lành, trung tín, mềm mại, tiết độ. Không có luật pháp nào cấm các sự đó".

CHƯƠNG 11

Không có luật pháp nào cấm các sự đó

Chẳng có luật nào cấm các sự đó
Vì bạn đã được kêu gọi để được tự do
Bước đi bởi Thánh Linh
Bông trái đầu tiên trong chín bông trái là tình yêu thương
Không có luật pháp nào cấm cá sự đó.

Không có luật pháp nào cấm các sự đó

Sứ đồ Phao-lô là một người Do Thái, trên đường đi Đa-mách để bắt bớ Cơ Đốc nhân. Tuy nhiên, trên đường đi Phao-lô đã gặp Đức Chúa Trời và ăn năn. Phao-lô không nhận ra Phúc âm cứu rỗi của Đấng Christ từ khi ông sinh ra và đến thời điểm ông ta gặp Chúa. Sau khi nhận được món quà của Đức Thánh Linh và được soi dẫn bởi Thánh Linh, Phao-lô trở thành một nhà truyền giáo cho người ngoại. Chín bông trái Đức Thánh Linh được miêu tả trong chương năm của sách Ga-la-ti, được gọi là thư tín của Phao-lô. Nếu chúng ta hiểu hoàn cảnh trong thời điểm đó, chúng ta có thể hiểu biết lý do tại sao Phao-lô lại viết sách Ga-la-ti và sách Ga-la-ti quan trọng như thế nào để Cơ Đốc Nhân có thể sanh ra bông trái Thánh Linh.

Bạn được kêu gọi để được tự do

Trong chuyến hành trình truyền giáo đầu tiên đến Ga-la-ti. Tại nhà hội, Phao-lô không giảng luận về luật pháp Môi-se và sự cắt bì, thay vào đó ông ta giảng luận phúc âm của Chúa Giê-su. Lời nói của Phao-lô đã được khẳng định bởi những dấu hiệu, và có nhiều người nhận được sự cứu rỗi. Các con cái Chúa tại Hội Thánh Ga-la-ti vô cùng yêu thương Phao-lô, thậm chí nếu có thể họ sẵn sàng móc đôi mắt của mình mà trao cho Phao-lô.

Sau khi Phao-lô hoàn thành chuyến truyền giáo đầu tiên và ông ta trở lại An-ti-ốt, Hội Thánh tại đây đã xảy ra nhiều nan đề. Một số người Giu-đa gốc, và họ giảng dạy cho người ngoại là phải nhận phép cắt bì mới nhận được sự cứu rỗi. Phao-lô và Ba-na-ba có một cuộc tranh cãi dữ dội với người Giu-đa.

Một số anh em khác cùng với Phao-lô và Ba-na-ba lên thành Giê-ru-sa-lem đến gặp các trưởng lão, giải quyết về vấn đề này. Trong công vụ chương 15 miêu tả về những tình huống trước và sau hội đồng tại Giê-ru-sa-lem, và từ đó chúng ta có thể suy ra sự nghiêm trọng của vấn đề vào thời điểm đó.

Các sứ đồ, những người là môn đồ của Chúa Giêsu, các trưởng lão và các đại diện của Hội Thánh tụ tập lại và thảo luận sôi nổi, và họ kết luận rằng dân ngoại đã phải kiêng cử những điều bị ô nhiễm bởi các thần tượng, gian dâm, từ những gì bị bóp nghẹt và từ máu.

Họ sai phái người đến An-ti-ốt để chuyển thư, bức thư đã được kết luận của Hội đồng. Từ khi An-ti-ốt là trung tâm truyền giáo cho người ngoại. Họ đã cung cấp một số quyền tự do để người ngoại bang giữ luật của Môi-se, bởi vì sẽ rất khó khăn cho họ để giữ luật như những người Do Thái. Bằng cách này, bất kỳ người ngoại đạo nào cũng có thể nhận được sự cứu rỗi bằng cách tin vào Đức Chúa Giê-su Christ.

Công vụ 15:28-29 "Ấy là Đức Thánh Linh và chúng ta đã ưng rằng chẳng gán gánh nặng nào khác cho anh em ngoài những điều cần dùng, tức là anh em phải kiêng ăn của cúng, thần tượng huyết, thú vật chết ngột, và chớ tà dâm, ấy là mọi điều mà anh em khá kiêng cử lấy vậy. Kính chúc bình an".

Kết luận của Hội đồng Giê-ru-sa-lem đã được trao cho các Hội Thánh, nhưng những người không hiểu sự thật của Phúc âm và con đường của thập tự vẫn tiếp tục dạy dỗ trong các Hội Thánh rằng; các tín hữu phải tuân giữ luật pháp Môi-se. Một số nhà tiên tri giả cũng bước vào Hội Thánh và kích động các tín hữu chỉ trích sứ đồ Phao-lô không dạy luật pháp Môi-se. Khi một biến cố như thế xảy ra trong nhà thờ Ga-la-ti, sứ đồ Phao-lô giải thích về tự do thực sự của các tín hữu trong bức thư của ông. Ông nói rằng, ông đã giữ luật lệ của Môi-se rất chặt chẽ nhưng trở thành một sứ đồ cho các dân ngoại sau khi gặp Chúa, ông đã dạy họ sự thật về Phúc âm.

Ga-la-ti 3: 2-5 "Tôi chỉ hỏi anh em một câu nầy: Ấy là cậy các việc luật pháp hay là bởi nghe và tin mà anh em đã nhận được Đức

Thánh Linh? Sao anh em ngu muội dường ấy? Sau khi đã khởi sự nhờ Đức Thánh Linh, nay sao lại cậy xác thịt mà làm chọn trọn? Anh em há luống công mà chịu sự khốn khó dường ấy sao? Nếu quả là luống công! Đấng ban Đức Thánh Linh cho anh em và làm các phép lạ trong anh em, thì làm bởi các việc luật pháp, hay là bởi nghe mà tin?".

Ông khẳng định rằng phúc âm của Chúa Giê-su Christ mà ông dạy là đúng vì đó là sự mặc khải của Thiên Chúa, và lý do tại sao người ngoại quốc không phải cắt bì thân thể của họ là vì điều quan trọng là cắt bao quy đầu trong tấm lòng của họ. Phao-lô cũng dạy họ về sựu ham muốn của xác thịt và ham muốn về Đức Thánh Linh, về các công việc của xác thịt và bông trái của Đức Thánh Linh. Để cho họ hiểu cách họ được sử dụng sự tự do của họ mà họ có được nhờ chân lý của Phúc âm.

Bước đi bởi Thánh Linh

Vậy thì, tại sao Đức Chúa Trời lại ban cho luật pháp Môi-se? Con người là xấu xa và họ không nhận ra những tội lỗi là sự ác. Đức Chúa Trời muốn họ hiểu về tội lỗi là gì, và cách họ có thể giải quyết vấn đề tội lỗi, và để đạt được sự công chính của Đức Chúa Trời. Nhưng tội lỗi không thể giải quyết bằng những hành động theo luật pháp Môi-se, và đó là lý do tại sao Đức Chúa Trời để mọi nhận được công chính của Đức Chúa Trời thông qua đức tin nơi Chúa Giê-su Christ. Ga-la-ti 3: 13-14 "Đấng Christ đã chuộc chúng ta khỏi sự rủa sả của luật pháp, bởi Ngài đã nên sự rủa sả vì chúng ta. Vì có lời chép: Đáng rủa thay là kẻ bị treo trên cây gỗ. Hầu cho phước lành ban cho Áp-ra-ham nhờ Đức Chúa Giê-su Christ mà được rải khắp trên dân ngoại, lại hầu cho chúng ta cậy đức tin mà nhận lãnh Đức Thánh Linh đã hứa cho".

Nhưng điều đó không có nghĩa là Luật pháp Môi-se bị bãi bỏ. Chúa Giê-su đề cập trong Ma-thi-ơ 5: 17 "Các ngươi đừng tưởng ta đến đặng phá luật pháp hay là lời tiên tri, ta đến không phải để phá, song để làm cho trọn". Sứ đồ Phao-lô nói cho các tín hữu tại Hội Thánh Ga-la-ti rằng; Nhưng hiện nay anh em biết Đức Chúa Trời, lại được Đức Chúa Trời biết đến nữa, sao còn trở hướng về lễ thói hèn yếu nghèo nàn đó mà suy phục nữa ư. (Ga-la-ti 4: 9).

Ga-la-ti 5: 13-15 "Hỡi anh em, anh em đã được gọi đến sự tự do, song chớ lấy sự tự do đó, làm dịp cho anh em ăn ở theo tánh xác thịt, nhưng hãy lấy lòng yêu thương làm đầy tớ lẫn nhau. Vì cả luật pháp chỉ tóm lại trong một lời nầy: Ngươi hãy yêu kẻ lân cận như mình. Nhưng nếu anh em cắn nuốt nhau, thì hãy giữ, kẻo kẻ nầy bị diệt mất bởi kẻ ác".

Là con cái của Đức Chúa Trời đã lãnh nhận lãnh Đức Thánh Linh, chúng ta phải làm gì để phục vụ lẫn nhau qua tình yêu cho đến khi Đấng Christ được dựng nên trong chúng ta? Chúng ta phải đi theo Đức Thánh Linh để chúng ta sẽ đắc thắng được đời sống xác thịt. Nếu chúng ta có bông trái của Đức Thánh Linh, chúng ta sẽ sống theo tấm gương Chúa Giê-su, yêu thương anh em, yêu thương người lân cận của chúng ta.

Chúa Giê-su đã nhận lời nguyền của luật pháp và Ngài chết trên cây thập tự, mặc dầu Ngài vô tội, bởi sự chết của Ngài chúng ta đã được tự do. Để chúng ta không muốn trở thành nô lệ cho tội lỗi nữa thì chúng ta phải sanh bông trái Đức Thánh Linh, có bông trái Đức Thánh Linh trong đời sống của chúng ta. Nếu chúng ta phạm tội một lần nữa với quyền tự do này và đóng đinh Chúa trên cây thập tự lại lần nữa, thì chúng ta sẽ không thừa hưởng vương quốc của Thiên Đàng của Đức Chúa Trời. Ngược lại, nếu chúng ta có bông trái của Đức

Thánh Linh và bước đi trong Thánh Linh. Đức Chúa sẽ bảo vệ chúng ta khỏi sự hảm hại của quỷ sa-tan và ma quỷ. Hơn thế nữa, mọi sự Chúa sẽ đáp lời qua lời cầu xin của chúng ta.

1 Giăng 3: 21-23 " Ta đã viết cho các con, chẳng phải vì các con không biết lẽ thật, nhưng vì các con biết lẽ thật, và hiểu rằng chẳng có sự dối trá nào bởi lẽ thật mà ra. Ai là kẻ nói dối, há chẳng phải kẻ chối Đức Chúa Giê-su là Đấng Christ sao? Ấy đó là kẻ địch lại Đấng Christ, tức là kẻ chối Đức Chúa Cha và Đức Chúa Con. Ai chối con, thì cũng không có cha; ai xưng con, thì cũng có cha".

1 Giăng 5: 18 "Chúng ta biết rằng ai sanh bởi Đức Chúa Trời, thì hẳn chẳng phạm tội; nhưng ai sanh bởi Đức Chúa Trời, thì tự giữ lấy mình, ma quỷ chẳng làm hại người được". Chúng ta có thể kết trái trong Đức Thánh Linh và có sự vui mừng trong sự tự do thật. Khi đức tin chúng ta bước đi trong Thánh Linh thì chúng ta sẽ làm việc bằng tình yêu thương.

Tình yêu thương là bông trái đầu tiên trong chín bông trái.

Bông trái đầu tiên trong chín bông trái Thánh Linh là tình yêu thương. Tình yêu thương trong 1 Cô-rinh-tô chương 13 là tình yêu thương được rèn luyện, một tình yêu không vị kỷ, yêu không mong để nhận lại, một tình yêu cao cả hơn tình yêu giữa con người đối với nhau, đây là tình yêu thuộc linh, tình yêu của sự hy sinh, là tình yêu của Chúa Giê-su Christ. Nếu chúng ta có được tình yêu nầy thì chúng ta có thể hy sinh cho người khác khi có Đức Thánh Linh ở cùng.

Trong hành trình theo Chúa, chúng ta cần có những bông trái Thánh Linh, vì như thế, trong lúc những lúc gặp thử thách, bắt bớ, nghịch cảnh, dù ở bất cứ trong mọi hoàn cảnh nào thì chúng ta cũng vượt qua. Chúng ta hạnh phúc, vui mừng, bình an khi biết rằng mọi đau đớn sẽ không còn hiện diện trong ta, vây lấy chúng ta.

Đôi lúc trong một giây phút nào đó chúng ta vấp ngã, gặp nghịch cảnh, chúng ta vẫn cảm thấy bình an. Thật vậy, Đức Chúa Trời muốn chúng ta phải gìn giữ sự bình an và làm tươi mới lại đời sống của chúng ta. Hơn thế nữa, sự bình an đó có được là khi chúng ta có sự kiên nhẫn, nhịn nhục với mọi người. Qua đời sống của chúng ta chân lý của Đức Chúa Trời sẽ được bày tỏ.

Chẳng có gì là quá khó cho chúng ta khịu đựng một ai đó nếu chúng ta có một tình thật sự với họ, chúng ta sẽ chấp nhận họ và cảm thông cho họ, tha thứ cho họ. Những người nào có bông trái của nhân từ thì cũng có được bông trái hiền lành.

Họ sẽ xem xét những người khác tốt hơn mình và tìm ra cho lợi ích của người khác cũng như của riêng mình. Họ không tranh cãi với bất cứ ai, và họ cũng không lên mình kiêu ngạo. Họ sẽ có một tấm lòng như Đức Chúa Trời, một tấm lòng không ghanh ghét ai, chỉ trích người khác, yêu thương người khác hơn là yêu bản thân mình.

Nếu bạn có bông trái của sự tốt lành, bạn sẽ biết đặt suy nghĩ và ích lợi của người khác là trên hết. Bạn sẽ trở thành một người trung tín trong nhà của Đức Chúa Trời, một đầy tớ trung tín và mềm mại. Những người có tấm lòng mềm mại sẽ không trở thành một trở ngại cho bất cứ ai, và họ có thể có sự bình an với mọi người. Họ có một tấm lòng bao dung, rộng lượng, chẳng có một lời phán xét người tuôn ra từ lời nói của họ, họ chấp nhận và hiểu mọi người.

Để chúng ta có được bông trái tình yêu thương, sự vui mừng, bình an, nhịn nhục, nhân từ, hiền lành, trung tín, mềm mại, chúng ta phải có sự tiết độ. Sự dư dật trong Đức Chúa Trời là tốt, nhưng công việc của Đức Chúa Trời phải được thực hiện theo trật tự. Chúng ta cần sự tự chủ để không làm ngược lại bất cứ điều gì, ngay cả đó là một điều gì tốt. Khi chúng ta làm theo ý muốn của Đức Thánh Linh theo cách này, Đức Chúa Trời khiến cho tất cả mọi người có được sự bình an với nhau.

Không có luật pháp nào cấm các sự đó

Đức Thánh là là Đấng giúp đỡ, hướng dẫn chúng ta đến với chân lý, vì vậy chúng ta có thể tận hưởng được sự tự do trong sự vui mừng và hạnh phúc thật. Sự tự do thật là khi chúng ta được sự cứu rỗi, thoát khỏi tội lỗi và quyền lực của sa-tan, sa-tan là kẻ luôn chống lại chúng ta đến với Đức Chúa Trời, phục vụ Chúa, và hưởng được một đời sống vui mừng, hạnh phúc trong sự thông công với Đức Chúa Trời. Trong Rô-ma 8: 2 "Vì luật pháp của Đức Thánh Linh sự sống đã nhờ Đức Chúa Giê-su Christ buông tha khỏi luật pháp và sự tội và sự chết".

Đó là tự do chỉ có thể đạt được khi chúng ta tin vào Chúa Giê- su Christ trong tấm lòng của chúng ta và bước đi trong sự sáng. Sự tự do này không thể đạt được bằng sức mạnh hay sự khôn ngoan của con người . Chúng ta không bao giờ có thể đạt được điều đó nếu không có ân điển của Đức Chúa Trời. Mọi phước lành và sự vui mừng hằng ở với chúng ta khi chúng ta có đức tin ở trong Chúa, đặt lòng cả đời sống của mình vào sự trông cậy Đức Chúa Trời.

Chúa Giê-su nói trong Giăng 8:32 "Các ngươi sẽ biết lẽ thật, và lẽ thật sẽ buông tha cac ngươi". Sự tự do thật, và nó là không thay đổi. Nó trở thành sự sống cho chúng ta và nó dẫn chúng ta đến cuộc sống vĩnh cửu. Thế giới chúng ta đang thay đổi, một thế giới đầy tội lỗi, và sự lừa dối, dối trá đang tồn tại mạnh mẽ, một thế giới chỉ tin sự nói dối, từ bỏ sự thật.

Cho nên, dù thế giới có thay đổi nhưng lời của Đức Chúa Trời là sự thật, và không bao giờ thay đổi. Để biết sự thật là học Lời Chúa, hãy ghi nhớ, vâng lời và làm theo.

Nhưng có thể không phải lúc nào cũng dễ dàng để thực hành lời Chúa. Mọi người có những điều không đúng đắn mà họ đã học được trước khi họ biết Đức Chúa Trời, và những điều không chân thật đó cản trở họ thực hành chân lý. Luận the đời sống xác thịt thì thích một đời sống giả dối, không chân thật, ham muốn sự giả dối, còn về đời sống thuộc linh thì yêu mến chân lý, yêu mến luật pháp của Chúa, vậy thì sự ham ham muốn xác thịt và ham muốn thuộc linh sẽ nghịch lại nhau. Ga-la-ti 5: 17 "Vì xác thịt có những điều ưa muốn trái với những điều của Thánh Linh, Thánh Linh có những điều ưa muốn trái với của xác thịt, hai bên trái nhau dường ấy, nên anh em không làm được điều mình muốn làm". Đây là một cuộc chiến giành được sự tự do thật. Cuộc chiến này sẽ tiếp tục cho đến khi đức tin của chúng ta vững chắc và chúng ta đứng trên nền tảng của đức tin mà không bao giờ lay động.

Khi chúng ta đứng trên tảng đá của đức tin, chúng ta sẽ dễ dàng hơn để chiến đấu chống lại cuộc chiến với sa tan và chiến đấu mạnh mẽ hơn. Khi chúng ta bỏ đi tất cả những điều xấu xa và trở nên thánh, chúng ta sẽ chiến đấu cho đến cuối cùng để có được sự tự do thật. Khi chúng ta được sự hướng dẫn bởi Đức Thánh Linh, chẳng có bất cứ ai có thể ngăn cản chúng ta đến với sự tự do thật.

Và đó là lý do chúng ta nên đọc Ga-la-ti 5: 18 "Nhưng, ví bằng anh em nhờ Đức Thánh Linh chỉ dẫn, thì chẳng hề ở dưới luật pháp và câu 22-23 Nhưng trái của Thánh Linh, ấy là lòng yêu thương, sự vui mừng, bình an, nhịn nhục, nhân từ, hiền lành, trung tín, mềm mại, tiết độ. Không có luật pháp nào cấm các sự đó".

Sứ điệp trong bông trái Đức Thánh Linh giống như là một chìa khóa để mở mọi cánh cửa phước lành. Không phải bản thân chìa khóa của sự phước lành có thể ban phát cho chúng ta mà chỉ khi chúng ta có được nó thì chúng ta mới có thể mở những cánh cửa của sự phước lành. Chúng ta có thể đóng hoặc mở chìa khóa đó, điều nầy cũng giống như lời của Đức Chúa Trời. Dù chúng ta có nghe nhiều đến đâu, cũng chưa phải là của chúng ta. Chỉ có thể nhận được những phước lành của Đức Chúa Trời khi chúng ta thực hành lời Ngài, áp dụng và làm theo hằng ngày.

Ma-thi-ơ 7:21 "Chẳng phải hễ những kẻ nói cùng ta rằng: Lạy Chúa, Lạy Chúa, thì đều vào nước thiên đàng đâu, nhưng chỉ có kẻ làm theo ý muốn của Cha ta ở trên trời mà thôi". Để chúng ta nhận được tình yêu và ơn phước của Đức Chúa Trời, chúng ta phả hiểu biết tầm quan trọng của bông trái Thánh Linh, giữ trong tấm lòng, tâm trí của chúng ta, thực hành lời Chúa mỗi ngày.

Qua đó, chúng ta mới hưởng được một đời sống đầy trọn niềm vui và phước hạnh, hưởng được sự tự do thật trong Chúa Giê-su Christ. Không những vậy, chúng ta còn có thể nghe được tiếng Ngài một cách rõ ràng và biết được ý muốn của Ngài trên đời sống chúng ta. Không những chúng biết được ý muốn Chúa mà chúng ta có Thánh Linh đi cùng trong hành trình đi đến vương quốc Thiên Đàng. Nhân danh Chúa tôi cầu nguyện cho anh chị em được thịnh vượng mọi bề và hưởng được niềm vui thật sự, được sự tôn trọng ở dưới đất cũng như ở trên trời, hầu qua đó để đức tin chúng ta vững vàng,và có được một hành trình về đích trọn vẹn.

Những sách khác đầy quyền năng cùng tác giả

Thiên Đàng I & II

Một bản phát thảo chi tiết về một môi trường sống huy hoàng tráng lệ mà những công dân thiên đàng sẽ vui sống và một sự mô tả tuyệt vời về những cấp độ khác nhau của các vương quốc thiên đàng.

Sứ Điệp Thập Tự Giá

Một sứ điệp thức tỉnh đầy quyền năng dành cho những ai đang trong tình trạng ngủ mê thuộc linh! Qua sách nầy chúng ta sẽ nhận biết được lý do tại sao Giê-su là Cứu Chúa duy nhất và tình yêu chân thật của Đức Chúa Trời.

Địa Ngục

Một sứ sứ điệp tha thiết nhất gởi đến toàn nhân loại từ Đức Chúa Trời, Đấng không muốn một linh hồn nào vực sâu địa ngục! chúng ta sẽ khám phá một điều chưa từng được biết về thực tế thảm khốc của Hạ Tầng Âm Phủ và địa ngục.

Linh, Hồn, và Thân Thể

Sách kim chỉ nam đem lại cho chúng ta sự hiểu biết thuộc linh về linh, hồn, và thân thể, đồng thời giúp chúng ta nhận biết được 'bản ngã' mình hầu cho chúng ta có được quyền năng đánh bại thế lực tối tăm và trở nên con người thuộc linh.

www.urimbooks.com

www.ingramcontent.com/pod-product-compliance
Lightning Source LLC
LaVergne TN
LVHW021815060526
838201LV00058B/3395